पॉपकॉर्न

सुप्रिया वकील

मेहता पब्लिशिंग हाऊस

All rights reserved. No part of this publication may be reproduced, stored in a retrieval system or transmitted, in any form or by any means, without the prior written consent of the Publisher and the licence holder. Please contact us at **Mehta Publishing House,** 1941, Madiwale Colony, Sadashiv Peth, Pune 411030.
© +91 020-24476924 / 24460313
Email : info@mehtapublishinghouse.com
         production@mehtapublishinghouse.com
         sales@mehtapublishinghouse.com
Website : www.mehtapublishinghouse.com

◆ *या पुस्तकातील लेखकाची मते, घटना, वर्णने ही त्या लेखकाची असून त्याच्याशी प्रकाशक सहमत असतीलच असे नाही.*

POPCORN by SUPRIYA VAKIL

पॉपकॉर्न /

© सुप्रिया वकील
   १०२, यशोवर्धन अपार्टमेंट, ६५३ ई, शाहुपुरी ३री गल्ली,
   कोल्हापूर - ४१६००१ © ०२३१-२६५८२८५

प्रकाशक   : सुनील अनिल मेहता, मेहता पब्लिशिंग हाऊस,
               १९४१, सदाशिव पेठ, पुणे ३०.

अक्षरजुळणी : इफेक्ट्स, २१/६ब, आयडिअल कॉलनी, कोथरूड, पुणे – ३८.

मुखपृष्ठ   : फाल्गुन ग्राफिक्स

प्रकाशनकाल : जानेवारी, २००९ / पुनर्मुद्रण : फेब्रुवारी, २०१५

ISBN for Printed Book 978-81-907791-8-0
ISBN for E-Book 978-81-8498-678-5

या पुस्तकातील सर्व लेख दैनिक पुढारीच्या 'सोनेरी' या पुरवणीत प्रसिद्ध झाले आहेत.

अनुक्रम

"म्माँ ऽ ऽ''

आपल्या हिंदी सिनेमांचं स्वत:चं असं एक निराळं, अनोखं, आगळंवेगळं विश्व असतं. आता तशी या विश्वाला आणखीही बरीच विशेषणं बहाल करता येतील पण तूर्त एवढ्यावरच थांबते! या विश्वाचे स्वत:चे असे नियम, कायदे, तत्त्वं, मूल्यं, चमत्कार असतात... फक्त 'एक्सक्ल्यूजिव्ह' खासियत म्हणण्यासारखे... भले पाहणाऱ्याला पटो, न पटो... हे विश्व स्वत:त मशगूल असतं आणि आपणही हे सगळं अगदी मन लावून, तन्मयतेनं, भक्तिभावानं... चक्क बधिरावस्थेत जाऊन... पाहत आलोय, पाहतोय आणि पाहत राहू... नो डाऊट !

एक गोष्ट तुमच्या ध्यानात आली आहे का? 'जमाने के साथ साथ' या विश्वातही बरीच उलथापालथ घडत आहे, घडली आहे आणि ऑफ कोर्स... आपणही ती अगदी सहज पचवत आहोत.

हिंदी सिनेमाच्या विश्वातलं एक खास 'प्रकरण' म्हणजे 'माँ'. आपण या माँ ला फिल्मी माँ म्हणू. (जायदी खजूर, ब्याडगी मिरची... अशा चालीवर) तर या फिल्मी माँ चं प्रस्थ काय असतं ते काही नव्यानं सांगायला नको!

जुन्या काळच्या सिनेमांपासून आठवून बघा...

माँ म्हणजे सर्वसाधारणपणे विधवा असणारंच असं समीकरण, त्यामुळं (व ही माँ म्हणजे मांगल्य, पावित्र्य वगैरे वगैरेची मूर्तिमंत देवता असल्यामुळं) पांढरी साडी व त्यावर (बाहेर जाताना) शाल अशा 'शाली'न 'लूक' मध्ये दिसते. तिला अर्थातच या जगात कुण्णी कुण्णी नसतं. (अपवादानं एखादा मानलेला भाऊ तेवढा असतो). अशी ही माँ खस्ता काढत काढत, 'तकदीर के वार' झेलत झेलत, 'पलकों के झूले में' मुलाला वाढवते. मला एक गोष्ट कळत नाही... अखिल विश्वात कसलाही 'सहारा' नसलेली ही माँ 'पूरा शहर देखता रह जाएगा' इतक्या 'धूमधामसे' पोराची शादी करते, तेव्हा इतकं सगळं गाव कुठून गोळा होतं? एरवी मात्र तिला कुणीही नसतं. फक्त तेव्हाच फिदिफिदी करत पोरकटपणा करणाऱ्या करवल्या नेमक्या कशा व कुठून टपकतात हे गूढच आहे.

फिल्मी माँच्या उपजीविकेचं प्रमुख साधन म्हणजे शिवणकाम. संसाराचा गाडा

एकटीनं रेटत-रेटत, पायानं शिवणाचं मशीन मारत-मारत, कधी कधी तर हातानंच मशीनचं चाक फिरवत-फिरवत खोकत-कण्हत कपडे शिवायचे, उसासे टाकायचे, दुःखाचे कढ गिळायचे, सोबत अपमानाचे कडूजार काढे रिचवायचे... तेव्हा कुठं चांगला धगुरडा घोडा दिसणारा नायक बी.ए. होऊन येणार आणि (अर्थातच या बी.ए. पास च्या वृत्तासह आनंदानं उचंबळत तिला उचलून घेऊन गरागरा गोल फिरवून) तिला कृतकृत्य करणार! अर्थात, ते नंतर... आधी (माँ च्या) हाताला चटके... मग (नायकाचं) बी.ए!

शिवणाचा स्वयंरोजगार नसेल तर मग फिल्मी माँ दुसऱ्याकडं काम करून, ते घर आपलंच समजून अगदी प्रेमानं वागत असते आणि आपलं घर कसंबसं चालवत असते. तिथल्या मुलांना जीव लावते, मालकीणबाईंची विश्वासू सखी बनते... वगैरे वगैरे.

बरं, एवढं झाल्यावर तरी चार सुखाचे दिवस दिसावेत किनई? 'तीरथ' पर जाण्याची 'ॲम्बिशन' पूर्ण व्हावी किनई? पण सगळ्याच फिल्मी माँ च्या नशिबीचा वनवास इतक्यात संपत नाही बरं! एकतर भूतकाळातल्या काळ्या सावल्या तिच्या वर्तमानातल्या आनंदावर विरजण घालायला सज्ज असतातंच, त्यात भरीला 'बहुरानी' असा काही हिसका दाखवते की बस! अखेर... शेवटी... म्हणजे सिनेमाच्या शेवटी सत्याचा विजय होतो तेव्हा माँ ला एकदाचा न्याय मिळतो.

समजा, ही माँ 'सवाष्ण' असलीच तर बरेचदा बाबूजींच्या करड्या नजरेच्या धाकात दिसायची... 'अजी सुनते हो!' एवढंच अस्तित्व असणारी, त्यामुळं घरात (आणि पर्यायानं सिनेमाच्या स्टोरीत) फारसा 'व्हॉईस' नसलेली व्यक्ती असायची. घरातसुद्धा चांगल्या वीतभर रुंद जरतारी काठाची ठेवणीतली साडी नेसलेली दाग-दागिन्यांनी लगडलेली, ठसठशीत कुंकू लावलेली ही माँ सोज्ज्वळता, प्रेमळपणा आणि ममता यांचा मोरावळा खाल्ल्याचे भाव चेहऱ्यावर लेवून ''अशोक की माँ'' अशी हाक आली की, नवऱ्याच्या हातातली काठी किंवा बॅग किंवा दोन्हीही घ्यायला लगबगीनं येणारी, तत्परतेनं चहापाण्याची व्यवस्था करणारी, नवऱ्याच्या औषधाच्या वेळा सांभाळणारी, सर्वांशी घरंदाज अदबीनं वागणारी अशी व्यक्ती... तिचा 'रोल' यापेक्षा काही वेगळा, ठोस नसायचा. प्रेमळपणे वागेल, मुलाला कौतुकाच्या डोहात बुडव-बुडव बुडवेल, भावी सुनेची अलाबला घेईल, (आधी मुलाला 'आता सुनबाई आणा घरी' हे आडून आडून सांगायचं किंवा 'थेट मुझे बहू ला दे' असं फर्मावायचं, ते झालं की मग 'पोते का मुँह' आहेच!) अगदी फारच पाझर फुटला तर सुनेला कपाटातल्या 'ॲन्टीक' पेटीत जपून ठेवलेला एखादा 'खानदानी' दागिना बहाल करेल... डॅट्स ऑल! जनरली, तिला यापेक्षा वेगळा चेहरा नसायचा.

फिल्मी माँ म्हणजे मन लावून संसार करणारी, 'परफेक्ट वूमन' असणार हे

ओघानं आलंच... दिवसभर कुरूकुरू काहीतरी काम करत राहणारी, प्रेमळ, सोज्ज्वळ, कर्तव्यदक्ष या गुणांचं मिश्रण असणारं आदर्श चित्रंच जणू!

दरम्यान, क्वचित कुठंतरी खाष्ट सावत्र माँ असायची. तिला मात्र कथानकात बराच वाव असायचा. अगदी मुख्य फळीतली व्हिलन म्हणा ना! अशा प्रकारे 'माँ' च व्हिलन असेल तर मात्र बिच्चाऱ्या बाबूजींचीच काय पण आख्ख्या घराचीच खैर नसे. मग वयापेक्षा जास्तच म्हातारे दिसणारे, वाकलेले, केविलवाणे बाबूजी आणि त्यांची तुलनेनं बरीच तरुण बायको (बरेचदा दुसरी) असणारी ही कजाग माँ अशी जोडी दिसायची. ही कजाग माँ घरात हाहाकार माजवायची. जोडीला तिच्या माहेरचा निर्लज्ज गोतावळाही तिच्यासोबत राहायला आलेला असायचाच. तिचा एखादा नाकर्ता, फुकटखाऊ भाऊ, त्याची बायकापोरं असे सगळे जळवांसारखे त्या घराला शोषत असायचे. स्टोरी पुढं सरकायची, तर घरात कृष्णकृत्यांचा धुमाकूळ नको का माजायला? आणि तोसुद्धा वरवर गोड गोड राहून!

अशी ही कलहप्रिय, वाचाळ माँ वेताच्या पंख्यानं वारा घेत, बटबटीत डोळ्यांतून ठिणग्या टाकत, वचावचा बोलत सगळ्यांवर हक्क गाजवत असायची. फक्त स्वत:च्या सख्ख्या (आणि अर्थातच वाया गेलेल्या) मुलाचा विषय निघाला की तिची वाणी शर्करावगुंठीत व 'मधडुंबित'! आपल्या मुलाच्या पदरात... म्हणजे खिशात इस्टेटीतला जास्त (किंवा सगळाच) वाटा पडावा म्हणून ही बया काय काय उपद्व्याप करायची! बाबूजी बिचारे 'केवढ्या चुकीचे केवढे भोगणे, त्याचे ठरवणे हाती नाही' असा 'पोचलेला' विचार करत शान्तपणे पण उसासे सोडत उदास जीवन कंठत असायचे. पण तिच्या दोन कानशिलात लावून तिला वठणीवर आणायला धजावायचे नाहीत. भले दर्शकांचे हात किती का शिवशिवेनात, बाबूजी संतपदी!

कधी कधी बाबूजींच्याही हातातून सगळं निसटून गेलेलं असायचं, कजाग माँ नं कंबरेला लटकवलेल्या छल्ल्यातील किल्ल्यांमध्ये सगळी सत्ता बंदिस्त केलेली असायची, अशा वेळी बाबूजींची मजबूरी असायची.

हे चित्र अधूनमधून कधीतरी दिसायचं, मुख्यत्वे दिसायची ती 'बिनचेहऱ्याची' माँ आणि त्यापेक्षाही जास्त प्रमाणात दिसायची ती खूप काही सोसलेली, नवऱ्याच्या मागं, मुलाला खस्ता खाऊन वाढवणारी म्माँऽऽऽ.

हळूहळू माँ चं हे 'पारंपरिक' (!) रूप बदललं. तरुण, आकर्षक राहणीची, हलका मेकअपसुद्धा करणारी, 'वर्किंग वूमन' भूमिकेतली, मुलांशी मित्रत्वाच्या नात्यानं वागणारी-बोलणारी माँ दिसू लागली. माँ ची जणू 'कॉन्सेप्ट'च बदलली म्हणा ना!

आताची माँ 'अब मेरा क्या है' असं सुतकीपणे उद्गारणाऱ्या निरीच्छ कॅटेगरीतली नाही. या नव्या, आधुनिक रूपातल्या माँलाही मुलांबद्दल अतीव प्रेम आहे, घराविषयी आस्था आहे, ममतेचा उमाळा आहे... सगळ्या भावभावना तशाच आहेत, पण या वेगवान जगातल्या माँ चे प्रश्न तेवढे निराळे आहेत. एकेकाळी "तूने खानदान का नाम मिट्टी में मिला दिया" किंवा "ये सुनने से पहले मैं मर क्यों नहीं गयी?" असा त्रागा करणारी माँ अलीकडल्या चित्रपटांत मुलांना समजून घेताना दिसते, मैत्रीण बनून त्यांच्याशी संवाद साधताना दिसते... एवढंच काय इंग्रजी सुरावटींवर नाचतेसुद्धा!

आत्ताच्या कजाग माँ चा 'लुक' सुद्धा बदलला आहे. त्याही आधुनिक बनल्या आहेत व त्यांची उपद्रव देण्याची पद्धतही आधुनिक बनली आहे.

कदाचित असं झालं असेल की, पूर्वी नायकाच्या भूमिकेत चांगले बाप्या म्हणण्यासारखे नट असत, तेव्हा माँ ही त्याच्या वयाला साजेलशी घेत असतील. आता नायक-नायिका शाळकरी वयाचे सुद्धा असतात, त्यामुळं फिल्मी माँ ही तरुण, त्यामुळं आधुनिक... असं घडलं असेल.

एकूण काय, 'जमाने के साथ' फिल्मी माँ बदलली आहे, त्यामुळं आता करुण, अन्यायग्रस्त, खप्पड चेहरा, विरक्त राहणी, शिवणाचं मशीन, ऐहिकापलीकडं पोचलेली संन्यस्त वृत्ती, 'तीरथ' पर जाण्याची आस, खबाकखबाक खोकीन पण कुठल्याही परिस्थितीत औषध घेणार नाही असा कट्टर बाणा, "ये बीमारी अब मेरे साथही जायेगी" असं 'सेल्फ-डायग्नोसिस' आणि "बहू ला दे" एवढाच काय तो प्रपंचात राम... अशी 'इमेज' न राहता, आता फिल्मी माँ बनलीय स्मार्ट, ग्लॅमरस, तडफदार, तरतरीत, शिवाय केअरिंग आणि शेअरिंग!

◆

गाजर का हलवा आणि बैंगन का भरता

आपल्या हिंदी चित्रपटातला नायक बाहेर मारामाऱ्या करून, व्हीलनला धडा शिकवून, (त्यातून जमलंच तर) कॉलेजमध्ये जाऊन, नायिकेसोबत बागेत झाडांभोवती पळापळी आणि सफाईदार कवायती कम् नृत्य करून... थोडक्यात सांगायचं तर गावभर उंडारून घरी परत आला की, त्याला आई, दादी, भाभी नाहीतर बहना यांपैकी कुणीतरी खाना परोसायला थांबलेलं असतंच. [नायक विवाहीत असेल तर हक्काची (गडी!) बायको असतेच डायनिंग टेबलवर डोकं टेकवून डुलकी काढत!]

"ही काय घरी यायची वेळ झाली का? आम्हाला मागचं टेबल-कट्टा सगळं आवरायला त्यापुढं तासभर लागतो, आता गिळा लवकर..." वगैरे वगैरेपैकी काहीही न होता प्रेमळपणे त्या लाडोबाला सांगितलं जातं, "तुम मूँह-हाथ धो लो, मैं खाना लगाती हूँ."

मग ते अन्न गरम करणं वगैरे सगळे साग्रसंगीत सोपस्कार होतात. (आता "मूँह-हाथ धो लो" कालबाह्य झालंय... आता "तुम फ्रेश होके आओ!" त्यामध्ये 'सगळं' अंतर्भूत असावं). मग महाशय पानावर येऊन बसले की, त्याला उत्तर माहीत असलेलं कोडं ठरलेलं!

"पता है... मैंने तुम्हारे लिए क्या बनाया है?"

त्यावर लाडोबा 'नरो वा कुंजरोवा' करणार इतक्यात रहस्यभेद होतो... गाजर का हलवा/ बैंगन का भरता/ मूली किंवा गोभी के पराठे... यातलं काहीतरी! सिनेमात असा मेनूही ठरलेला असतो आणि सगळ्यांच्या आवडीही कशा सारख्याच असतात. पोकळ्याचं गरगटं, ताकातली भेंडी, शेपूची भाजी असलं कधी या मंडळींना खावं लागतं का बघा! नेव्हर! किंवा केळफुलाची भाजी आवडते म्हणणारा नायक, दोडक्याच्या शिरांच्या चटणीवर तुटून पडणारा नायक, "आज तोंडलीभात पाहिजेच हं!" असा हट्ट करणारा नायक कधी कुणी पाहिलाय? शिवाय आवडी-निवडी जपायच्या त्यासुद्धा जनरली फक्त याच्याच हं! का हो? नायिकेच्या घशाखाली यातलं काही उतरणार नाही का?... पण नाही... हे लाड जनरली फक्त नायकाचेच असतात आणि त्याहूनही महत्त्वाचं वैशिष्ट्य म्हणजे, नायकाला घरात केलेले पदार्थ

चक्क आवडतात! ''आईच्या हातच्या अमक्या-तमक्या पदार्थाची सर नाही'' असं बायकोनं केलेला पदार्थ चापताना न सांगण्याचा मुत्सद्दीपणाही त्याच्या ठायी असतो आणि ''अमक्या वहिनी तमकं छान करतात, तू त्यांच्याकडून शिकून घे'', असला वरकरणी निरुपद्रवी भासणारा; पण अत्यंत स्फोटक अनाहूत सल्ला न देण्याचा शहाणपणाही त्याच्या अंगी असतोच असतो.

तर असा हा नायक संतुष्ट चेहऱ्यानं जेवायला सुरुवात करतो. मग पहिल्याच घासाला (तो निर्विघ्नपणे मुखापर्यंत पोचला तर!) ''म्म्मंऽऽऽऽ'' असा चित्कार! - म्हणजे तो पदार्थ अत्यंत अत्यंत आवडल्याची सर्वोच्च पावती समजायची. असे हे नायक घरच्या पाककौशल्यावर अगदी फिदा असतात. पूर्वीचे नायक ''ऊँगलियाँ चाटते रहना'' या वाक्प्रचारानं पसंती सांगत असत, आत्ताचे ''वाहऽ'', ''म्म्मंऽ'', ''यमीऽऽ'' अशासारख्या संक्षिप्त उद्गारांनी पसंती देतात. नायकाचं कार्यक्षेत्र बदललं, विश्व बदललं, जमाना बदलला तरी गाजर का हलवा, बैंगन का भरता आणि आलू/ गोभी/मूली किंवा तत्सम पदार्थांच्या पराठ्यांची जागा मात्र कुणीही घेऊ शकलेलं नाही. पिढ्यानुपिढ्या उलटल्या तरी फिल्मी मंडळी हे पदार्थ करून आणि खाऊन कंटाळलेली नाहीत. उलट, आता करणाऱ्यांचा तर चांगला हात बसला असेल!

मध्यंतरी एकदा एका मैत्रिणीकडं गेले होते. दुपारचं किंवा मधल्यावेळचं खाणं चापण्याची वेळ येऊ घातली होती. टीव्हीसमोर लोळणाऱ्या, कॉलेजात नुकत्याच जाऊ लागलेल्या तिच्या मुलानं फर्माईश केली, ''मॉम्स, काहीतरी चांगलं खायला दे.'

बहुधा अनुभवानं पोळल्यामुळं असेल, माझ्या मैत्रिणीनं प्रश्न केला, ''काय देऊ सांग. पोहे, उपीट, शिरा, भेळ... काय करू सांग. आज मावशीपण आली आहे, काहीतरी छानसं करूया.''

मी भलतीच सुखावले. तितक्यात माझ्या त्या संतुष्टीच्या फुग्याला टाचणी लावत, नव्या पिढीचे ते शिलेदार तुच्छतेनं उद्गारले, ''शिरा-उपीट-पोहे... आणि छानसं करूया! कर्मॉन मॉम्स!''

''अरे!'' मैत्रीण हताशपणे उद्गारली.

''शिरा-उपीट-पोहे सोडून काहीपण चांगलं कर!''

आता मात्र माझी मैत्रीण वैतागली. मी समोर आहे याची याहून जास्त भीड बाळगणं तिला अशक्य झालं असावं. ती करवादली, ''खा, मलाच खा!''

''मॉम्स, मी चांगलं काहीतरी खायला मागतोय!''

आता त्यापुढचा घनघोर फडफडाट मी आत्ता इथं सांगत नाही... तर मुद्दा असा की, अशी 'मलाच खा' अशी अवस्था होणारी आई सिनेमात दिसणे नाही आणि ''गाजर का हलवा व बैंगन का भरता सोडून काहीही कर'' असं फर्मावणारा मुलगा

सिनेविश्वात होणे नाही. अगदी परदेशातून देश की मिट्टी की खुशबू हुंगायला इथं परत आल्यानंतरसुद्धा लज्जत चाखायची ती याच पदार्थांची, तीसुद्धा मनोभावे! सातासमुद्रापार पोचलं तरी तिथं खाणं खायचं ते नाईलाज म्हणून; धन्य व्हायचं ते 'मक्की दी रोटी' व 'सरसों का साग' खाऊनच... त्याला असणारी 'अपने मिट्टी की खुशबू' दुसरीकडं सापडेल का कुठं?

इथं आईनं केव्हाचा खपून खपून केलेला एखादा कौशल्यपूर्ण पदार्थ बकाबका खाताना, "तुला सांगतो आई, त्या मिसेस रॉड्रिक्स आहेत ना, माझ्या शेजारी राहतात बघ– त्या हॅम्बर्गर काय करतात सांगतो!" अशासारखं दृश्य सिनेमात कुणी पाहिलंय कधी! नाय... नो... नेव्हर... माझी खात्री आहे. त्यांची निष्ठा असते ती फक्त गाजर का हलवा, बैंगन का भरता व निरनिराळ्या भाज्या व कंदमुळांच्या सारणांच्या पराठ्यांशी. शिवाय त्यांना गाजर, वांगी यांची बारमास उपलब्धता असते. वांग्याच्या पाटीत शंभर काटे टोचून घेत भरतायोग्य तीन वांगी हुडकायला तपश्चर्येचं बळ असणं आवश्यक असतं; पण ते आपल्याला, सिनेमातल्यांना नाही. त्यांच्या घरी सदासर्वदा या पदार्थांचं 'रॉ मटेरियल' तयार असतं. आज मंडईत जायला वेळच झाला नाही, खवा आणायला विसरलेच, असल्या सबबी आणि मुख्य म्हणजे या विश्वात कंटाळा औषधालाही सापडत नाही, शिवाय या मेन्यूंना महागाईची झळ बसल्यामुळे पर्याय शोधलाय असंही कधी होत नाही.

हिंदी सिनेमातला आणखी एक आवडता खाद्यपदार्थ म्हणजे 'लड्डू'. तेसुद्धा साधे-सुधे नाहीत... 'देसी घी के'! बाकी मग कचौडियाँ, गरमागरम समोसे, पकौडे जाता-येता दिसतात. पक्वान्नांमध्ये जलेबी, खीर व क्वचित प्रसंगी फिरनी या पदार्थांचा मान असतो.

थालीपीठ-लोणी, दडपे पोहे, साबुदाण्याची खिचडी असले मराठमोळे पदार्थ तर सोडाच, पण सिनेमात नायिका इडल्यांचे स्टँड चढवतीय, उपीटासाठी रवा भाजतीय असंसुद्धा पाहिल्याचं स्मरत नाही.

पूर्वीच्या सिनेमात पाट-पाणी मांडून जेवणाची सज्जता असायची. आपल्याकडं कोणे एके काळी 'पानं घेणं' ही प्राचीन परंपरा होती, तशासारखा हा प्रकार असे. तेव्हा म्हणे आधी मुलं, मग पुरुष, त्यानंतर बायका अशा पंगती होत असत. गृहिणी जेवणाऱ्यांच्या पानाकडं लक्ष ठेवून असे. पदार्थ संपण्याआधी वाढणं, कुणाला काय आवडतं, काय आवडत नाही त्याकडं लक्ष पुरवणं असं चातुर्य तिच्या ठायी असे. आता, बशीतलं अन्न चिवडत टीव्हीच्या पडद्यावर नजर लावलेल्यांच्या खाण्याचा वेग पदार्थांच्या आवडीनिवडीपेक्षा समोर काय घडतंय त्यावर अवलंबून असल्यामुळे हा मागास प्रकार आता लोप पावला आहे. तर, अशा पाट-पाणी संस्कृतीतल्या सिनेमात घरातली आई किंवा आजी– असं कुणीतरी वेताच्या पंख्यानं वारा घालत

(जोडीला कान भरत) शेजारी बसलेली असे. घसघशीत मोठ्या थाळ्यात जेवायला वाढलं जायचं.

काळानुरूप पाट-पाण्याची जागा डायनिंग टेबलांनं घेतली, त्या जोडीला 'डिनर सेट' चाही प्रवेश झाला. त्यामुळं पिठलं-भात किंवा डाळ-तांदळाची खिचडी खायची म्हटली तरी ती डिशमध्ये घेऊन चमच्यानं खायची! आणि साग्रसंगीत भरपूर पदार्थ केले असले तरी ते बशीत दाटीवाटीनं वाढून घ्यायचे, बोडण झालं तरी बेहत्तर! अर्थात हिंदी सिनेमात बोडण होण्याचाच प्रसंग अधिक, त्यांच्याकडं डाळ-तांदळाची खिचडी वगैरे भागवाभागवी कुठं असते? सगळं कसं बैजवार... ऐसपैस!

घरात माणसं दोन-तीन, पण टेबलभर भांडी होतील इतका स्वयंपाक. एवढं कशाला करतात कुणास ठाऊक! बरं, पुन्हा यांना 'उरणं' या प्रकारचा त्रास नाहीच. हिंदी पडद्यावर कुणी रूटीन म्हणून शिळ्ळवड खातंय असं कधी दिसतं का बघा.

''बेटा, आज नाश्ते में फोडणी का भात / पोळी का लड्डू बनाया है'' किंवा ''बेटा, नाश्ता लगा दूँ?... कल के आलू के पराठे जरा तेल सोडके भाजके देती हूँ'' असं चित्र दिसतं का कधी?... छे छे! सिनेमातल्या मंडळींची भोजनाच्या बाबतीत भारतीय पदार्थांशी निष्ठा असली तरी त्यांनी न्याहारीच्या बाबतीत मात्र पाश्चात्यांशी हातमिळवणी केलेली आहे. 'ब्रेड' हा त्यांच्या नाश्त्याचा आत्माच असतो.

''नाश्ता तो करके जाओ'' म्हणून नायकाला... फारफार तर त्याच्या भावंडांना बळेबळे खायला बसवायचं. ब्रेड-लोणी, ब्रेड-जाम सज्जच असतं, नाहीतर 'ऑल टाईम हिट' पराठे आहेतच. एवढ्या सकाळी-सकाळी ऑरेंज ज्यूस– तोसुद्धा ताज्या संत्र्यांचा– तयारच असतो. मग नायकबाबा उशीर होत असल्यामुळं गडबड-गोंधळ करत, एका हातानं इनशर्ट करत, दुसऱ्या हातानं ब्रेडची स्लाईस तोंडात कोंबत, पुन्हा रिकाम्या झालेल्या हातानं पाकीट खिशात कोंबत... पुन्हा रिकाम्या होणाऱ्या हातानं ज्यूस किंवा दुधाचा ग्लास तोंडाला लावून नव्या दिवसासाठी सज्ज! जोडीला टेबलवर फळांची टोपली भरून ओसंडत असतेच. त्यांना गाजर व वांगी अशा भाज्यांचीच नव्हे तर सगळ्या फळांची उपलब्धताही बारमास असते. या रसरशीत टोपलीतलं सगळ्यात वरचं लालभडक सफरचंद खात-खात नायक धावत-पळत बाहेर पडला की, आई/बायको कृतकृत्य चेहऱ्यानं त्याला टाटा करून आपल्या कामाला लागतात. ''जरा लवकर उठायचं'' किंवा ''चेंगटपणा जरा कमी करायचा, म्हणजे आवरतं वेळेवर'' असली वाक्यं त्यांच्या कुंडलीतच नसतात, त्यामुळं हे सुखी आत्मे या आघाडीवर मजेत असतात.

मात्र, यांच्या नशिबी एक विलक्षण दुर्दैवी योगही असतो. त्यांच्या घरी पाकसिद्धी किती का सुग्रास व साग्रसंगीत असो, शिवाय ती कौतुकानं बनवलेली व 'परोस'लेली असो, कुणी सुखानं चार घास खाल्लेत असं क्वचितच होतं. मघाशी सांगितलं तसा

गोड-गोड कौतुकसोहळा आटोपल्यानंतर पहिला घास घेणार इतक्यात 'ढ्याणऽकन' काहीतरी अघटित होतंच! 'देअर इज स्लिप बिटविन कप अँड लिप'चं शब्दश: प्रात्यक्षिक पाहायचं असेल, तर ते इथं पाहायला मिळेल. कुणीतरी नकोसं टपकतं, कुठलातरी फोन येतो, कुणीतरी कोसळतं... काहीतरी भयंकर घडतं आणि हातातला घास हातातच राहतो.

भयचकित नजरेनं ''क्क्या?'' असं किंचाळत बिचारे न जेवताच पानावरून उठतात. (तरी यांना अन्न उरण्याची समस्या असते का बघा!)

हिंदी चित्रपटात काळ बदलला, वातावरण बदललं तरी पथ्याच्या बुजूर्गांना डोळ्यांनी लाडीक दटावून गोडापासून दूर ठेवणं आणि लाडोबांना सदासर्वकाळ गाजर का हलवा खिलवणं यावच्चंद्रदिवाकरौ सुरूच राहील यात तिळमात्र शंका नाही!

◆

प्रेम...सेम!

कॉलेजची वेळ. (ही सकाळ असते, सायंकाळ की माध्यान या गोष्टीला काही महत्त्व नसल्यामुळं कॉलेजची वेळ हाच समयदर्शक शब्द योग्य आहे). 'तो' हातातली वही सुदर्शन चक्रासारखी फिरवत वर्गाच्या दिशेनं निघालेला... 'ती' सुद्धा कधी एकटी तर कधी सख्यांसमवेत वर्गाच्या दिशेनं निघालेली... क्वचित, कॉलेजचा पहिला दिवस असल्यामुळं थोडी बावरलेली... अचानक दोघं समोरासमोर येतात आणि धडकतात! बहुतेक वेळा तिच्याच हातातल्या वह्या खाली पडतात, कारण वह्या-पुस्तकांचा गड्डा तिच्याच हातात असतो, या पठ्ठ्याच्या हातात फक्त एखादीच वही असते. यावरून, फिल्मी कॉलेजकुमार एकाच वहीत सर्व विषयांचे भाग पाडून भागवतात व फिल्मी कॉलेजकुमारी प्रत्येक विषयाला निराळी वही करते, शिवाय पाठ्यपुस्तकंही सोबत आणते असा निष्कर्ष काढायला हरकत नसावी! 'ती' च्या खांद्यावरची लटकती पर्स शोभेला असते... वह्या हातातच धरायच्या असतात. असो! तर सांगायचा मुद्दा असा की, वह्या धडामकन् 'पडतात' आणि तत्क्षणी 'तो' ही तिच्या 'प्रेमात' पडतो.

कधी कधी ती फणकाऱ्यानं तणतणत निघते... शेलक्या शिव्यासुद्धा हासडते... कधी कधी मात्र तिच्या गालावर लाजेचे गुलाब फुलतात. (म्हणजे आग दोनो तरफ बराबर लगी है असं समजायचं.) अशा प्रकारे प्रेमात 'पडण्याची' सुरुवात पडापडीनं होते. कधी वह्या पडतात तर कधी खुद्द नायिकाच आपटते... मग तणतण, आधी नफरत, फिर प्यार वगैरे वगैरे ओघानंच... आणि शेवट गोड याची पक्की खात्री. हिंदी सिनेमात प्रेमात पडण्याचा हा अगदी पेट्ट सीन!

मग प्रथमदर्शनी प्रेम (आत्ता हे सांगताना 'प्रथमग्रासे मक्षिकापात' हा शब्दप्रयोग आठवायचं काही कारण होतं का?) जडलं की, 'कलिजा खल्लास झाला' हे गृहीतच... खल्लास म्हणजे एकदम खल्लास! मग त्याला सगळीकडं 'तू ही तू' दिसू लागते, तो 'आहें' भरू लागतो, तिच्या बाहेर जाण्यायेण्याच्या वेळा बघून चकरा मारू लागतो... मग यथावकाश "नाना करते प्यार तुम्हीसे कर बैठे" होतंच, अगदी आत्ताच्या जमान्यातसुद्धा "ना ना करते प्यार हाय मैं कर गयी,

कर गयी'' असं घडतंच! आता काही अनरोमॅंटिक कीटकांना ''ना ना'' असं ऐकू येण्याऐवजी ''नाना करते प्यार'' असं ऐकू आलं तर त्याला काय करणार?... तर एकूण काय... असं सगळं यथावकाश, साग्रसंगीत पण हटकून गोड घडतं.

नायक-नायिका दोघंही तोलामोलाचे– म्हणजे त्यांची कौटुंबिक, सामाजिक, आर्थिक, तात्त्विक, नैतिक इ. पार्श्वभूमी एकच आहे असं सहसा घडत नाही. त्यामुळं अमिरी-गरीबीची अभेद्य 'दीवार' मुख्य, जोडीला खानदानी दुष्मनी, त्यात भरीला धर्मांबिर्माचे अडसर असली सतराशे विघ्नं हजर असतात. या दोघांनाही प्रेमात पडायला घरातल्यांच्या किंवा सामाजिक दृष्ट्या 'अनुरूप' जोडीदार कसा काय मिळत नाही? फक्त ते दोघंच आपण 'मेड फॉर इच अदर' आहोत असं समजत असतात. त्यांच्या एखाद्या इमानदार मित्राचा अथवा मैत्रिणीचा अपवाद वगळता बाकी सगळेजण त्यांच्या प्रेमाच्या विरोधात असतात. 'शत्रूवरही प्रेम करावे' या उदात्त मूल्याचं प्रतिनिधित्व करणारे आपले नायक-नायिका आपल्या घराण्याशी पारंपरिक खानदानी दुष्मनी असलेल्या घरातीलच मुलीच्या व मुलाच्या प्रेमात पडतात! आधी बेसावधपणे प्रेमात 'पडतात'... मग सगळ्यांचा विरोध का? या विचारात 'पडतात', मग शत्रुत्व वाढवण्याच्या व त्या ठिणगीला हवा द्यायच्या फंदात 'पडतात', मग क्वचित कधी तोंडघशीसुद्धा 'पडतात'... थोडक्यात काय, इतुके अनर्थ एका पडापडीने केले तरी पडापडीची ही मालिका अपरिहार्य!

कॉलेजच्या पहिल्या दिवसाबरोबरच गॅदरिंग, यूथ फेस्टिवल, कॉलेजची ट्रीप ही नायक-नायिकांच्या 'पडापडी'ची हमखास ठिकाणं! दुसरं मोस्ट पॉसिबिलिटी असणारं ठिकाण म्हणजे लग्नसमारंभ... तिथं 'दीदीचे देवर' आणि 'दुल्हे की सालियाँ' यांना उधळायला मोकळं कुरणच असतं! त्याखेरीज दीर्घ टप्प्याचे प्रवास हे एक 'पडापडी'चं ठिकाण असतं. त्यातसुद्धा बोटीवरचा प्रवास असेल तर 'स्कोप' जास्त...

असे हे आर्थिक–सामाजिक तफावत असलेले नायक-नायिका प्रत्येक खेपेला गालावरून मोरपीस फिरवं तितक्या हळुवारपणे प्रेमात पडत नाहीत बरं! बरेचदा आधी संघर्षाची ठिणगी पडते... पण तडफदार गरीबी मस्तवाल अमिरीचा नक्षा उतरवते. गरीब नायिका श्रीमंत नायकाला तडफदार बोल सुनावते आणि त्याला विचारास प्रवृत्त करते. 'केस' उलटी असेल म्हणजे नायक गरीब व नायिका श्रीमंत तरीसुद्धा हेच घडतं. कधीकधी अहंकारांची टक्कर होते. पण नायिकेला ज्याची चांगली जिरवावी असं तीव्रतेनं वाटत असतं तोच नायक तिची कड्यावरून पडताना, पाण्यात बुडताना, आगीत होरपळताना... अशा कुठल्यातरी आपत्तीतून सुटका करतो. व्हीलनला चार ठोसे लावून तिला त्याच्या तावडीतून सोडवणं,

व्हीलनच्या भाडोत्री गुंडांना पापड मोडावा तितक्या सहज मोडून पाडणं हा तर त्याच्या 'बाये हाथ का खेल'! मग काय, स्वत:चे प्राण पणाला लावून नायिकेचा जीव वाचवणारा नायक तिच्या हृदयसिंहासनावर विराजमान नाही झाला तरच नवल! मग 'दुनिया की कोई ताकत हमें जुदा नहीं कर सकती' असा 'फेविकॉली' निश्चय– त्या जोडीनं ''माझंच चुकलं, मी जरा अतीच केलं'' अशी पश्चात्तापदग्ध मनानं कबुली… समोरचाही त्याच तोडीचा, त्यामुळं ''नाही नाही माझंच चुकलं'' अशी चुकांचं श्रेय घेण्याबाबत आग्रही भूमिका… सरतेशेवटी चुकांबद्दल चुकचुकत 'प्यार का इजहार' एकदाचा पार पडतो!

पूर्वीच्या सिनेमात वह्यांची पडापडी व्हायची तेव्हा नायिका शालीन 'लूक' मधली, क्वचित बुरख्यातसुद्धा असायची. मग योगायोगानं (अथवा वाऱ्याच्या कृपेनं) त्याला तिची 'एक झलक' दिसायची. तिचा मुखचंद्र ओझरता नजरेला पडणंसुद्धा त्या येड्याला 'पागल' करायला पुरेसं असे. कपड्यांच्या बाबतीत अती-काटकसरी धोरण असणाऱ्या आत्ताच्या नायिकेची कुठलीही 'झलक' कितीही अंतरावरून दिसू शकते, (मुखकमल दिसण्यासाठी आता वाऱ्याला खट्याळपणा करावा लागत नाही!) पण प्रथमदर्शनी प्रेमात पडण्याचा रिवाज अद्याप टिकून आहे. बाकी 'भौतिक' परिस्थिती बदलली आहे.

पूर्वीच्या नायिका मैत्रिणींसमवेत (अर्थातच गाणी म्हणत) पिकनिकला जात असत. तिथं बागेत गप्पा–गाणी–नाच–खाणीपिणी–भटकंती फार फार तर जलक्रीडा एवढीच करमणूक असे… नायक-नायिकेची भेट अथवा अधिक परिचय या निमित्ताने होत असे. आताच्या पिढीच्या 'एन्जॉयमेंट'च्या कल्पना इतक्या फुटकळ (!) नसल्यामुळं आता या पिढीतल्या नायक-नायिकांची भेट डिस्कोतल्या चित्र विचित्र वातावरणात होते. डान्स फ्लोअरवर भकभक उघडमीट करणाऱ्या दिव्यांच्या संगतीत, ठेका धरायला लावणाऱ्या गीतांच्या कल्लोळात, पायात पाय अडकून पडायला व्हावं इतक्या दाटीवाटीच्या गर्दीत नाचताना त्यांना प्रेमात पडायला होतं.

पूर्वीच्या सिनेमात 'मेला' हे एक निमित्त असे. त्यात पायल किंवा चूडियाँ पाहून हरखलेल्या नायिकेला पाहून हरखलेला नायक दिसे. आता परदेशातल्या कुठल्यातरी मस्त लोकेशनवर, तिथल्या वातावरणात सराईतपणे वावरणाऱ्या आधुनिक नायिकेला पाहून मंत्रमुग्ध झालेला नायक दिसतो. पूर्वी नायक-नायिका हजरजबाबीपणे मुशायऱ्यात उतरत असत, आता डान्स-कॉम्पिटिशनमधे उतरतात… पण त्यांची 'मंजिल' एकच असते… प्रेमात पडणे! अशा स्पर्धाबिर्धामध्ये तर 'हार में भी जीत' वाटू लागण्याइतके ते कामातून जातात.

पूर्वीचे नायक मोठ्या हिकमतीनं नायिकेचा फोटो मिळवून तो पुस्तकात लपवून

गुपचूप पाहत असत, आताच्या नायकाच्या खोलीचं इंटिरियर नायिकेच्या विविध भावमुद्रांच्या 'ब्लो अप्स'नी होतं... एकूण काय, काळ बदलला, पिढी बदलली तरी प्रेमातली पडापडी अजूनही चालूच आहे आणि ती चालूच राहणार, कारण 'प्रेम म्हणजे प्रेम म्हणजे प्रेम असतं... केव्हाचं का असेना, ते 'सेम'च असतं. बरोबर ना?

◆

'वाहीव' रामूकाका

सिनेमाजगतातलं एक वैशिष्ट्यपूर्ण पात्र म्हणजे त्या घरातला स्वामीभक्त नोकर. या पात्राचं नाव बरेचदा रामूकाका, शामूकाका, बिरजू किंवा हरीया असतं. स्त्रीपात्र असेल तर ती बरेचदा 'दाई माँ' असते.

या पात्राचं वर्णन 'केवळ अद्भुत!' या दोनच शब्दांत होईल. आपण सोयीसाठी सरसकट या पात्राला रामूकाका म्हणूया. काही काळापूर्वी एका जाहिरातीत "याऽबयाऽऽ मैं नहीं काम करती ऐसे घर में" असं कुरॅंबाजपणे म्हणणारी एक मोलकरीण होती, तसला कुर्रॉबिर्रा तर दूरच, पण भल्याभल्यांना जमणार नाही असा शांत, संयमी, सच्छील बाणा रामूकाकांनी सहज पेललेला असतो. या रामूकाकांना घरातल्या मालक-मालकिणीलासुद्धा माहीत नसतील इतके सगळ्या विषयातले बारकावे, भूतकाळातल्या घटना (गुपितंसुद्धा) माहीत असतात. सगळी कामं, सगळ्यांच्या आवडी-निवडी, सवयी, वेळा, तऱ्हा असं सारं ठाऊक असणारे रामूकाका त्या त्या वेळेला त्या त्या गोष्टी अगदी चोख बजावणार हे निश्चित असतं. थोडासुद्धा परकेपणा न मानता, बाजारीपणाचा लवलेशही न ठेवता रामूकाका साऱ्या घराची उस्तवार अगदी जीवितकार्य मानून करत असतात.

आपण सामान्य पामरं ज्या सुखाची स्वप्नंसुद्धा पाहू शकत नाही, ते सुख हिंदी पडद्यावरच्या रामूकाकाप्राप्त घरात नुसतं ओसंडून वाहात असतं. तुम्ही-आम्ही असले रामूकाका लाभणं वगैरे स्वप्नात तरी कल्पू शकतो का? आपल्या दृष्टीनं कामाला बाई मिळणं मुश्कील... समजा मिळालीच तर (ती माथ्यावर गोंडस चांदणी न रेखतासुद्धा!) 'कंडीशन्स ऑप्लाय' करते. ज्यांना त्या कंडीशन्सच्या अटीत राहायला जमेल ते जिंकले! मग 'मूँहमाँगा' पगार घेत, सतत 'दांडी' यात्रा करत-करत, ती गिनीज बुकात नोंद व्हावी अशा विद्युतवेगानं : दहा सेकंद- भांडी घासणं, दहा सेकंद कपडे धुणं, व दहा सेकंद- केर-फरशी (म्हणजे इकडचा केर तिकडं ढकलणं, उगीच एकाच जागी केर पडून राहणं बरं नव्हे ना! आणि फरशीला ओल्या निथळल्या बोळ्याचा स्पर्श घडवणं) अशी तीस सेकंदात काम करून गेली, की आपण धन्य धन्य! पण रामूकाका आणि असलं वागणं? छे छे! ते तर अत्यंत

कार्यतत्पर आणि शिवाय अष्टावधानी असतात. घरातल्या 'बिटीया'ला काय आवडतं त्याकडे लक्ष पुरवणं, तिला सावत्रपणाचा जाच होत नाही ना हे पाहणं, 'राजूबाबा' चे फोन घेणं, घरात कुणी 'आस्तिन का साँप' शिरला असेल तर त्याचे दात पाडण्यासाठी सज्ज होणं... तयाच्या लीला काय वर्णाव्या अशी या रामूकाकांची अवस्था असते. एखाद्या खत्रूड मालकाचं किंवा उर्मट मालकिणीचं खेकसणंसुद्धा रामूकाका मनाला लावून घेत नाहीत, उलट 'जी जी' करत त्यांचा शब्द तत्परतेनं झेलत असतात.

सकाळी लवकर बघा... रामूकाका ताजे-टवटवीत. भराभर सगळी कामं आवरून दुपारी 'खाना लगाने' रामूकाका आहेतच. बाजारहाट, साफसफाई, घरातल्यांच्या बाहेर जाण्याच्या वेळी दूध-चहा-नाश्ता सगळं वेळच्यावेळी आणि मुख्य म्हणजे बिनबोभाट! पुन्हा रात्री 'साब' ना जेवायला वाढायला रामूकाका तत्पर... अर्थात 'साब' एकटे राहत असतील तर, नाहीतर मग रामूकाका बहुरानीच्या सोबतीला उशीरापर्यंत जागतात, कारण 'साब' रात्री उशीरा येणार ना! समजा साब झिंगून उशिरा परत आले, तर त्यांना नीट झोपवून, पांघरूण घालून, त्यांच्या पायातले बूट काढून ठेवायला रामूकाका पुढं. साब वेळेवर घरी न आल्यामुळं रुसून, न जेवता वाट बघत बसलेल्या बहुरानीला अथवा बबुआ वेळेवर घरी न आल्यामुळं सचिंत असलेल्या 'माँजी' ना ''चार घास खाऊन घ्या'' असे दिलाश्याचे शब्द द्यायला रामूकाका असतातच... असे हे 'सदाहरीत' रामूकाका!

शिवाय रामूकाकांचं काम कसं स्वच्छ, लखलखीत! साधंसं आखूड धोतर, त्यावर मळखाऊ सदरा अशा साध्या वेशभूषेतील महान रामूकाकांच्या खांद्यावर नेहमी एक उपरण्यासारखं फडकं असतं. आता रामूकाका उपरण्यानं फर्निचर पुसत असतात का फर्निचर पुसायचं फडकं उपरण्याच्या 'स्टाईल' मध्ये घेतात, हा संशोधनाचा विषय आहे, कारण त्या फडक्याच्या दृष्य रंगरूपावरून तरी त्यातला फरक तसा लक्षात येण्याजोगा नसतो.

रामूकाकांचे गुण तरी किती सांगावेत? तसं बघायला गेलं तर दुर्गुणांचा वास त्यांच्या ठायी नसतोच, पण सद्गुणांमध्येही एकेका गुणाची पहिल्या नंबरासाठी स्पर्धा असल्यासारखी असते. निःस्पृह, कामसू, प्रेमळ, विश्वासू, प्रामाणिक, निष्ठावंत, स्वामीभक्त रामूकाका उत्तम तत्त्वचिंतक, धीराचे विचारवंत व स्थितप्रज्ञही असतात. 'मौके की नजाकत' समजून घ्यावी तर रामूकाकांनीच! ते मालकाचे पाय चेपता चेपता त्याला चार समजुतीच्या गोष्टी सांगतात, कित्येक 'राज' पोटात दडवतात, मालकाला परमेश्वरी शक्तीचा विश्वास देतात. मालकाच्या ग्लासात दारू अथवा दारूत सोडा ओतता ओतता ते त्याला इतका प्रभावी उपदेश करतात की, त्याला 'सोचने पर मजबूर' व्हावंच लागतं.

रामूकाका कॅटेगरीतली महिला आघाडी म्हणजे 'दाईमाँ'. त्या सुद्धा काही कमी नसतात बरं! त्या तर कधी कधी रामूकाकांच्या दोन पावलं पुढंच असतात. दाईमाँ त्या घरातलं औरस वा अनौरस मूल स्वत:चंच समजून वाढवतात आणि (पुढं फुटण्यासाठीच असलेलं) हे गुपित आपल्या परीनं आटापिटा करून गुप्त राखतात.

कधीकधी रामूकाका त्या घरात सहकुटुंब सहपरिवार कामाला असतात. मग काय... रामूकाकांचं आख्खं खानदान या मालक खानदानाच्या कल्याणाला 'वाहीव' असतं. रामूकाका व काकू परस्परांशी कडाकडा भांडतील, पण जे काही करतील ते यजमानांसाठी, आणि तेसुद्धा मनापासून!

चित्रपट दुनियेत रामूकाका असे 'चालत' आले आहेत. भयपटांमध्ये मात्र रामूकाका कानटोपी, उग्र चेहरा, गूढ हालचाली असे थोडे वेगळे दिसत असले तरी त्यांचे 'अंतरंग' नेहमीसारखेच असते. हातात कंदिल व काठी हा त्यांचा 'ट्रेडमार्क'! क्वचित कधी रामूकाका-काकू विनोदाची खसखस पिकवत असतात. बदलत्या काळासोबत आता रामूकाका नायकाच्या वयाचेच आहेत, त्याचे बालमित्र... सख्खे सोबती... पण 'क्वालिटीज' सगळ्या त्याच, उलट जास्त काळानुरूप आहेत असं म्हणायला हरकत नाही. पण आपल्या मुख्यत्वे परिचयाचे आहेत ते थोडे वयस्क, कामसू रामूकाका. त्यांचं आणखी एक वैशिष्ट्य म्हणजे ते स्वत:च्या वैयक्तिक अडचणी सांगून यजमानाच्या डोक्याला ताप देत नाहीत. आजारपणं नाहीत, भुणभुण नाही, मागण्या नाहीत... अगदीच काही 'क्रिटीकल' असतं तेव्हा त्यांच्या घरून तार येते, मग ते शक्य तितक्या झटपट गावाकडं जाऊन येतात.

सगळ्यात 'हाईट' म्हणजे रामूकाका घरातल्या उर्मट लाडोबांनं शिव्या घातल्या, हात उगारला, मालकानं थोबाडीत मारली, चोरीचा खोटा आळ घातला, तरी सगळा अपमान मूकपणे गिळतात, मालकांनी चहाचा कप भिरकावून दिला तरी रामूकाका खालमानेनं चहाचा सडा पुसून कपाच्या विखुरलेल्या काचा भरून घेतात. अगदीच जेव्हा असह्य होतं... म्हणजे व्यक्तिगत हित, मानापमान, स्वार्थ वगैरेमुळं नव्हे हं, तर घरातल्याच कुणावर तरी होणारा अन्याय अगदी सहन होण्यापलीकडं जातो तेव्हा रामूकाका घर सोडून जायला निघतात, त्या वेळी मात्र प्रसंगाचं गांभीर्य ओळखून घरातले लोक त्यांना थांबवतात. रामूकाका त्या वेळी सुद्धा कसल्याही अटी घालत नाहीत, आपली गरज दिसतीय म्हटल्यावर गैरफायदा घेत नाहीत, ''आलात किनै झक्कत'' असा कुर्रा दाखवत नाहीत... तर मुकाट आत जाऊन पुन्हा कामाला लागतात.

काही सिनेमात रामूकाका पहिल्यापासूनच त्या घरात कामाला असतात. तर काही सिनेमांत ते 'बिटीया' बरोबर सासरी रुखवत म्हणून गेल्यासारखे जातात, ते कायमचे तिथलेच होऊन राहतात. असेच एक रामूकाका ''मी काम सोडून जाणार

नाही, इथंच राहणार, तुम्ही मला असं घालवू शकत नाही'' असं म्हणत डबडबल्या डोळ्यांनी प्रेमळ हक्क दाखवत होते तेव्हा माझ्या डोळ्यांना अक्षरश: धारा लागल्या होत्या. अहो, जिथं आपल्यासारख्यांची कामवालीला ''दांडी का मारलीस?'' असं विचारायची टाप नसते, तिथं असलं काहीतरी विलक्षण पाहिल्यावर ऊर भरून येणार नाही का सांगा!... म्हणूनच म्हटलं, या पात्राचं वर्णन 'केवळ अद्भुत!' या दोनच शब्दांनी करता येईल!

◆

फिल्मी दुखणी

बड्या पडद्यावरच्या बड्या गोष्टींबद्दल काय सांगावं! वड्डे लोक... वड्डी बातें टाईपचं सगळं... यांचे प्रश्न मोठे, दुःखं मोठी, झेप मोठी, प्रश्न सोडवण्याचे मार्ग मोठे... मग यात तब्येतीची दुखणी तरी लहानसहान असून कशी चालणार ना?

आपल्यासारख्या माणसांना जसं कणकणी, अंग मोडून येणं, नभ मेघांनी आक्रमिले की सांधे धरणं, डोकं दुखणं, सर्दी, पोटदुखी (प्रत्येक वेळी कुणाचं काही चांगलं झालं म्हणूनच नव्हे, खऱ्या शारीरिक तक्रारीमुळंही पोट दुखू शकतंच!), पोट बिघडणं... असल्या नखशिखान्त अवयवांच्या तक्रारी ताप देत असतात, पण पडद्यावरच्या माणसाचं बघा. यांना कधी दाढ दुखतीय, गालफड सुजलंय, पाय मुरगळलाय, कान दुखतोय, पाठीत उसण भरलीय, ठेच लागलीय (यांच्या पायाच्या बोटांना ठेच लागत नाही, लागलीच तर 'दिल को ठेस'!)... असले त्रास भेडसावतात का? अजिबात नाही. आता याला करंगळी मोडणं, कंबर लचकणं, गोऱ्या गोऱ्या टाचेत काटा रुतणं अशांसारखे काही सन्मान्य अपवाद असतात. पण एकूणच क्षुल्लक आजारपणं-दुखणी-व्याधी इतरेजनांसाठी असतात, पडद्यावरच्या मंडळींसाठी नव्हेत.

बड्या पडद्यावरच्या मंडळींचं कसं असतं... आलतू-फालतू 'स्टेज' नाही, एकदम आयसीयू मध्ये! घरामध्ये काहीतरी वादावादी होते, अचानक भावनांचा प्रचंड उद्रेक होतो, कुणा एकाच्या नजरेसमोर सारं ब्रह्मांड गरागरा फिरू लागतं, तो धाडकन् कोसळतो की... थेट आयसीयू मध्ये. मग ऑक्सिजन मास्क अपरिहार्य आणि सोबत मॉनीटरचं पिकपिक पार्श्वसंगीत... वातावरणात प्रचंड गंभीर ताण... बाहेर काचेच्या पलीकडं मंडळी चिंताक्रांत (कुणी आनंदात!)... मग डॉक्टर "काही खरं नाही'' असं सांगतात आणि "सब उपरवाले के हाथ में''असं म्हणून स्वतःचा हात आभाळाच्या दिशेनं उंचावून एकूण जबाबदारीतनं हात झटकल्यासारखं करतात. इकडं सगळ्या सुहृदांची घालमेल सुरू असते... सगळ्या देवांना आवाहनं सुरू असतात... पैशाची, रक्ताची, औषधाची जुळवाजुळव करून झालेली असते, पण कशाचाच उपयोग होत नसतो... क्वचित प्रसंगी कुणी आप्त डॉक्टरचीच गळपट्टी

धरून, त्याला ''अगर उन्हे कुछ हो गया, तो मैं तुम्हें जिंदा नहीं छोड़ूँगा'' असं जीवनमरणाची सूत्रं स्वत:च्याच हातात असल्याच्या थाटात सुनावतो... पण डॉक्टर संयमी असतात, ते अशा वेळी समजूतदारपणा दाखवून पेशंटच्या नातेवाईकांच्या मन:स्थितीचा विचार करून गप्प बसतात. मग कुणीतरी डॉक्टरांची खास परवानगी घेतात... आणि अहो आश्चर्यम् (हे आश्चर्य आपल्यासाठी नसतं, तिथल्या संबंधितांसाठी असतं, आपल्याला कोण 'मरीव' आहे आणि कोण 'काय वाटेल ते झालं तरी उठणार आहे' ते माहीत असतं!) या देवदूताच्या स्पर्शानं इतका वेळ उपचारांना दाद न देत, आचके देणारा ऑक्सिजन मास्कधारी लगेच डोळे उघडतो, हात-पाय हलवतो, एवढंच नव्हे तर चक्क घडाघडा बोलूसुद्धा लागतो. आत्ता काही मिन्टांपूर्वी याच्याच का नाकाला सूत लागलं होतं अशी शंका यावी, इतकी ती व्यक्ती खडखडीत बरी होते, तीसुद्धा निमिषार्धात! असा हा फिल्मी लोकांचा वड्डा आजार... वड्डा प्रेम... वड्डा धोका... वड्डी ईशकृपा... आणि वड्डा चमत्कारसुद्धा!

मोठ्या पडद्यावर हे असं असतं. तिथं दमा, मधुमेह, हृदयरोग, रक्तदाब अशा व्याधींनी ग्रस्त बुजुर्ग सर्रास दिसतात. माँ आणि दमा-खोकला यांचं तर जणू अतूट नातंच म्हणा ना! स्वत: खोकून खोकून आणि इतरांना ऐकवून ऐकवून हैराण करणारी माँ अधनंमधनं घरातल्यांना चांगलंच घाबरंही करत असते. क्वचित मुख्य पात्रांनाही या व्याधींची लागण झालेली दिसते, पण मुख्यत्वे उपचारांना दाद देणार नाही अशा स्टेजचा कॅन्सर, डोळे जाणं, हस्तपादादी अवयव निकामी होणं, ब्रेन ट्यूमर, आता त्यात एड्सचाही समावेश झाला आहे. असे भयानक, गंभीर व बरेचदा असाध्य स्टेजचे आजार होण्याचंच प्रमाण जास्त असतं.

अपघातात डोक्याला मार लागून स्मृती जाणं आणि फिल्मवर फोटो उमटावा तितक्या सहजतेनं ती पुन्हा येणं, हा चमत्कार फिल्मी जगतात अगदी कॉमन म्हणावा असा असतो. त्याचबरोबर कुठलाही असाध्य रोग चुटकीसरशी बऱ्या होण्याच्या आश्चर्यापुढं सगळं विज्ञान, वैद्यकशास्त्र हात टेकतं... नव्हे साष्टांग दंडवत घालतं. ''मैं कहाँ हूँ'' असं विचारून नातेवाईकांच्या काळजाचा ठोका चुकवणाऱ्या स्मृतीभ्रंशी नायकाच्या डोक्यात क्षणार्धात वीज चमकावी तसा लखख प्रकाश उजळतो. अशी विज्ञानाला आव्हान देणारी आश्चर्य या दुनियेत नित्य घडत असतात.

दृष्टी जाणं आणि ती परत येणं हासुद्धा फिल्मी जगतातला ताप-सर्दी-खोकल्याइतका सर्रास आढळणारा किरकोळ सदरातला प्रकार असतो. आणि आपली एखादी साडी किंवा शर्ट दुसऱ्याला देऊन टाकावा तितक्या सहजतेनं कुणीही कुणाला डोळे द्यायला तयार असतं.

अशी धसका वाटण्याजोगी व सर्वसामान्यांना हेलपाटून टाकणारी दुखणी फिल्मी जगतातली माणसं अगदी सहजपणे पचवत असतात, तीसुद्धा रडत-खडत,

कण्हत-खुरडत नव्हे तर अगदी आनंदयात्रीपणे... अगदी हार्ट पेशंट किंवा 'चंद दिनोंके मेहमान' सुद्धा नुसतं गातच नव्हे तर चक्क दाणदाण नाचत नाचत आयुष्यातील आनंद उपभोगत असतात.

सर्वसामान्यांच्या जीवनात दुर्दैवानं अपघात घडतात. क्वचित जिन्यावरून पडून, पायऱ्यांवर पाय घसरून, शिडीवरनं पडून, फार-फार तर झाडावरनं पडून हात-पाय मोडण्याइतपत अपघात होत असतात, पण बड्या पडद्यावर मात्र भीषण हल्ले आणि तुफानी घनघोर हाणामारीत जखमी होणाऱ्यांची संख्या जास्त! पण कितीही गंभीर जखमी झालं तरी यांची 'हिलींग पॉवर' असामान्य असल्यामुळं, आपल्यासारखे लोक जिथं पेन्सिलला टोक करताना बोट कापलं तर पुढं चार दिवस चणचणतंय म्हणून बेजार होतात, तिथं ही असामान्य कुवतीची माणसं हाडांचा पार भुगा झाला, ताडपत्रीवर टीपा माराव्या तसे अंगावर टाके पडले, भसाभस गोळ्या घुसल्या, प्राणघातक चाकूहल्ले, तलवारीचे वार वगैरे काय वाटेल ते झालं, नळाची तोटी सोडावी तसं अंगातून रक्त वाहिलं तरी चार दिवसांत ठणठणीत! तुमच्या आमच्या सारख्यांचा हात किंवा पाय मोडल्यामुळं प्लॅस्टरमध्ये बांधावा लागला तर तो पुन्हा पूर्ववत होताना किती आढेवेढे घेतो आणि फिजिओथेरपी घेताना कसं डोळ्यात पाणी येतं, त्याचा ज्यांनी अनुभव घेतलाय किंवा पाहिलाय, त्यांच्यालेखी पायाची कांडकं उडालेला नायक लगेच पुन्हा कार्यतत्परतेनं 'मोहिमे' वर रुजू होताना पाहणं हा अद्भुत प्रकारच नव्हे का?

पावसाचा शिडकावा हौसेनं अंगावर घ्यावा तद्वत अंगाखांद्यावर गोळ्या झेललेला नायक जीवनमरणाच्या अगदी सीमेवर उभा असतो... इकडं यमानं रेड्याला टाच मारलेलीच असते... तितक्यात कुणीतरी त्याला (म्हणजे नायकाला... यमाला नव्हे) दवाखान्यात आणतं, त्याला स्ट्रेचरवरून धावतपळत ऑपरेशनसाठी नेलं जातं... त्याचा जवळचा परिवार तिथं लगबगीनं दाखल होतच असतो... बाहेर सर्व संबंधित अस्वस्थ येरझाऱ्या घालत असतात... वातावरणातला 'ताण' आणि 'सस्पेन्स' वाढवत दोन-तीन नर्सेस सुतकी चेहऱ्यानं उगीचच लगबग करत असतात... बाहेर, म्हणजे ऑपरेशन थिएटरच्या दरवाज्याच्या वरचा लाल दिवा लागतो व ऑपरेशन थिएटरमध्ये टेबलच्या माथ्यावरचा मोठा दिवा लागतो... सगळ्यांचे श्वास रोखले जातात. ऑपरेशन सुरू होतं... मूकपणे सुऱ्या-काऱ्यांचं आदान-प्रदान होऊ लागतं... मध्येच मास्क बांधलेले डॉक्टर्स एकमेकांकडं गूढ नजरेनं बघतात... अचानक रक्ताची गरज लागते, महागड्या व दुर्मिळ औषधांची मागणी करणारं 'प्रिस्क्रीप्शन' येतं... मग एकच धावपळ माजते... अखेर काहीही करून या सगळ्यांची पूर्तता होते... मग डॉक्टर नायकाच्या शरीरात रुतलेली गोळी काढतात आणि जांभूळ खाऊन बी थुंकावं तशी ती टुपुक्कन किडनी ट्रे मध्ये टाकतात... एक,

दोन, तीन... बिया टुपूक टुपूक पडत राहतात... हुश्श्यऽ... अखेर दिवा बंद होतो. डॉक्टर हात पुसत बाहेर येतात, आणि बाहेर डोळ्यांत प्राण आणून वाट पाहणाऱ्यांच्या काळजाचे, ठोके पुरेसे थांबवून मगच 'निकाल' जाहीर करतात. अखेर, एक मोठं अरिष्ट टळल्याच्या आनंदात सर्वजण सुटकेचा निःश्वास सोडतात... कुणी देवाला हात जोडायला जातात... कुणी फोन करायला धावतात...

या झाल्या अगदी गंभीर सिच्युएशन्स! पण ज्याला 'आजारपण' या सदरात घालता येणार नाही ते 'बाळंतपण' एरवी 'रूटीन' म्हणावी अशी गोष्ट, पण मोठ्या पडद्यावर यातला प्रॉब्लेमसुद्धा मोठा! तिथं काहीतरी किरकोळ अपघाती निमित्तसुद्धा ''अब ये कभी माँ नहीं बन सकती'' इतक्या 'एक्स्ट्रीम स्टेज' ला जाऊ शकतं. घरातल्यांचे प्राण कंठाशी न आणता बाळंतपण झालंय असं क्वचितच. एकतर प्रचंड वेळ खाऊन... बाहेर सर्वांचा ताण वाढवून... कॉटच्या दांड्या हातांनी गच्च आवळून किंचाळत... मग कधीतरी ट्यॅं हॉ... आणि एकदाचं साई सूटयो!

अशी ही मोठ्या पडद्यावरच्या मंडळींची मोठी दुखणी, मोठी आजारपणं आणि त्यांच्या बाबतीतल्या मोठ्या चमत्कारलीला... वड्डे लोग... वड्डी बातें... दुसरं काय?

◆

'बड़े' बच्चे

स्थळ : घर. घरातल्या मंडळींची आपापली घाई-गडबड, लगबग सुरू असते. नायक-नायिकाही सगळ्या गर्दीत हरवलेले पण एकांत मिळावा यासाठी आतुर. तितक्यात घरातलं सगळ्यात कनिष्ठ पात्र नायक-नायिकेला आपल्याजवळ बोलावून स्वत:चं एखादं काम करून घेतं. आभारादाखल त्यांना गोडऽऽड पापा देतं आणि ''आता मला'' असं सुचवत गाल पुढे करतं. त्याच्या एका गालावर नायक व दुसऱ्या गालावर नायिका ओठ टेकतात न टेकतात तितक्यात ते कार्टं मागं सरकतं... (नायक-नायिका अगदी सालस, भाबडे, त्यामुळं हा कावा त्यांच्या लक्षातसुद्धा येत नाही हो!) आणि दोन्ही हात तोंडावर ठेवून खुसूखुसू हसत तिथून निघून जातं. नायक-नायिकेला असं काही घडायला नकोच असतं जणू, त्यामुळं ते सलज्ज आविर्भावात ''शैतान कहीं का'' असं काहीतरी पुटपुटत, मनात फुटणाऱ्या आनंदाच्या उकळ्या लपवण्याचा प्रयत्न करत एकतर 'कंटीन्यू' तरी होतात, नाहीतर नायिका लाजेच्या गुलाबांची टोपली भरली की ती घेऊन धावतच नाहीशी होते... असो! इतका निष्पाप मिश्कीलपणा रुपेरी पडद्यावरचं बंटी, बबलू, चिंटू किंवा तत्सम नामधारी पात्रंच करू जाणे!

या बंटी आणि बबल्यांची समज (नको तितकी!) व त्यांचं अकाली प्रौढत्व पाहिलं की, यांना 'बाल' का म्हणायचं असा प्रश्न पडल्यावाचून राहत नाही.

वास्तवातल्या बंटीला किंवा बबलीला घरी आलेल्या एखाद्या व्यक्तीला टाळण्यासाठी म्हणून ''बाबा घरात नाहीत असं सांग'' असं सांगायला सांगितलं तर, ते ''आईनं सांगितलंय, बाबा घरात नाहीत म्हणून सांग,'' असं सांगण्याचा भाबडेपणा किंवा येडेपणा करतील; पण हिंदी चित्रपटातले बंटी किंवा बबली म्हणजे 'पहुँची हुई' असामी असते. त्यांना प्रौढत्वी शैशवास जपायला अवकाश असला तरी ही पात्रं शैशवीच प्रौढ बाण्यानं वागत असतात.

'' अच्छे बच्चे जिद नहीं करते'' चं तुणतुणं ऐकण्यापेक्षा पितो एकदाचं दूध असे भाव चेहऱ्यावर धारण करून दुधाचा आख्खा ग्लास एका दमात मारणं, होमवर्क करणं आणि रात्री गोष्ट ऐकल्याशिवाय न झोपणं, हा यांचा मुख्य 'रोल'

असतो. त्याच त्याच परीकथा व राक्षसांच्या गोष्टी ऐकून कंटाळलेल्या या चिमुरड्यांना थोपटता थोपटता आई, आजी, आजोबा यांतलं कुणीतरी ''एक थी राजकुमारी''... असं म्हणून वास्तववादी (वास्तववादी कुठली, स्वत:च्याच घरातली, खर्रीखुर्री!) गोष्ट सांगू लागतात. गोष्ट सांगणारा स्वत:च्या तंद्रीत... पोरं झोपेच्या तंद्रीत! गोष्ट ऐकता ऐकता झोपली अशा आनंदात त्यांना पांघरूण घालून कथाकथनकार डोळे पुसत तिथून जायला निघतात, तितक्यात (न) झोपलेला बबलू अकस्मात त्यांचा हात धरतो.

समजा कथाकथनकार आईच असेल तर बबलू गंभीर चेहऱ्यानं विचारतो, ''माँ, वो राजकुमारी तुम ही हो ना?''

माँ बॉम्ब पडल्यासारखा चेहरा करते. पण बबलू समंजसपणे तिला धीर देतो. हे पहिल्यावर आपल्यासारख्यांच्या मनात येतं, की 'या' मुलाला पक्षी, प्राणी, पऱ्या, राक्षस यांच्या गोष्टींत कशी काय गंमत वाटते?... पण नाही... गोष्ट ऐकण्याचा सोहळा व्हावाच लागतो.

कधी कधी मात्र या बबलू अथवा बंटीवर खरंच नशिबाची वक्र नजर होते. मग 'दर दर की ठोकरे' खात, जीवनसंघर्ष करत बबलू समाजाच्या दृष्टीनं वाईट समजल्या जाणाऱ्या मार्गाला लागतो, पण त्याच्यावरचे संस्कार (हे संस्कार अगदी प्रत्यक्षच घडावे लागतात असं नाही, रक्तातून आलेलेसुद्धा पुरतात!) त्याच्यातली माणुसकी जागृत ठेवतात. असे बबलू एकदम 'मोठे' होऊन धाकट्या भावंडांची, आईची काळजीसुद्धा घेतात, चक्क प्रपंच चालवतात. अन्यायाचे व दुर्दैवाचे बळी ठरलेले असे बबलू लहानपणापासूनच जगाच्या शाळेतले धडे गिरवत, स्वत:च्या पायावर उभे राहून, खलनायकाचा पाडाव करण्याची घोर प्रतिज्ञा करून त्या दृष्टीने संधीच्या शोधात राहतात.

अशा 'तकदीर के मारे' बबलूंच्या जीवनाची दिशाच बदललेली असते. पण बाकीचे 'नॉर्मल' परिस्थितीतले बबलू घरात ''ओऽफ्फोऽऽ'' असं आगाऊपणे उद्गारत काहीबाही कारभार करत असतात. अशा सुखवस्तू बबलूंसाठी महागड्या खेळण्यांनी गच्च भरलेली वेगळी खोलीही असते, शिवाय जाता-येता चॉकलेटची बरसात सुरू असते ती वेगळीच! घरातली मंडळी या ''शैतान का बच्चा'' किंवा ''उल्लू का पट्ठा'' असं प्रशस्तीपत्र मिळवलेल्या बाळाकडं कौतुकभरल्या नजरेनं पाहत असतात. हे बाळ अगदी करारी, अधिकारसंपन्न, धनाढ्य आजोबांनासुद्धा ''चलो घोडा बनो!'' असं फर्मावू शकतं. मग आजोबा चक्क सुटाबूटात घोडा बनतात आणि दिवाणखान्यात गालिच्यावर हा घोडेस्वारीचा सोहळा साजरा होतो. दुधावरची साय... दुसरं काय?

बबलू नेहमी 'राजा बेटा' असतोच असतो, शिवाय शाळेत पुढं... म्हणजे अभ्यास असो, अभ्यासेतर गोष्टी असोत, बबलू सर्वत्र पुढं, खेळातही त्याची

धडाकेबाज प्रगती असते, गॉदरींगमध्ये त्याचा हमखास आणि तोसुद्धा 'हिट' आयटम असतोच असतो. गॉदरींगमध्ये नाचात किंवा गाण्यात बबलूला पहिल्या ओळीत मुख्य स्थान असतं. (तुमची आमची पोरं गॉदरींगच्या आयटममधल्या मागच्या रांगांतून आपली आपल्याला दिसली तरी खूप झालं... पण बबलूचं वा बबलीचं तसं नसतं). शिवाय बबलूच्या मम्मीनी व डॅडींनी या कार्यक्रमाला उशीराच यायचं असा दंडक असतो... तिथं त्यांच्यासाठी पहिल्या रांगेतील किंवा निदान कडेची खुर्ची राखूनच ठेवलेली असते. काही पालक जागा नाही म्हणून मागं उभे राहतात, काहीजण मागच्या रांगांत बसतात, पण या राखीव आसनावर कुणीही हक्क सांगत नाही... मग बबलू आणि दर्शक– दोघांचीही उत्सुकता ताण-ताण ताणून बबलूची 'स्टेज' वर 'एन्ट्री' झाल्या-झाल्या धापा टाकत मम्मी/डॅडी वा दोघेही हजर होतात...!

शाळा सुटल्यावर घरचं कुणी आणायला आलं नाही तरी बबलू समजंसपणे शाळेच्या पायऱ्यांवर येरझाऱ्या घालत राहतात... रडून गोंधळ करत नाहीत... कधी कधी तिथं झोपतातसुद्धा! अशा या बबलूंवर मेडल्स, चषक यांची खैरात सुरू असते. त्याला सगळ्या खानदानी परंपरा-रिवाज ठाऊक असतात. तो त्यांचा पाईकही असतो.

अशा या बबलीला वा बंटी/बबलूला कधी कुणी प्रश्न करतं, "तुम्हे कौन पसंद है... मम्मी या डॅडी?'' त्यावर हे पात्र ''दोनो'' असं 'डिप्लोमॅटिक' उत्तर देऊन खेळायला पळतं. हे बबलू/बबली बालपणीच प्रेमाबिमातसुद्धा पडतात बरं का? 'अक्कल नाही काडीची आणि मला बाबुराव म्हणा!' असं लहान वयातसुद्धा ज्याच्याविषयी म्हणता येणार नाही असं हे पात्र एकतर सकलगुणसंपन्न नायकाच्या संसारवेलीवरचं फूल असतं नाहीतर चक्क भावी नायकच असतं, त्यामुळं हे पात्र त्याच्यासारखंच समस्त सद्गुणसंपन्न, कर्तबगार, बहुआयामी व्यक्तिमत्त्वाचं असणारच की!

◆

भूऽऽत

काळाकभिन्न अंधार... वातावरणात एकूणच काहीतरी विचित्र, भयावह जाणीव... तितक्यात आभाळात विजांचं कडाडतं तांडव सुरू होतं... जोडीला ढगांचा छातीत धडकी भरवणारा गडगडाट... पावसाच्या बेफाम धारा कोसळू लागतात... अशा परिस्थितीत अपरात्री प्रवास करणारं अथवा रस्ता चुकलेलं कुणीतरी गाडीतून वाट कापत असतं, पण विशिष्ट स्थानी येताच अचानक गाडी बंद पडते, (काहीही तांत्रिक दोष नसूनसुद्धा!) मात्र अचानक वायपर्स सुरू होतात, गाडीचे दिवे आपोआप लागतात किंवा विझतात... गाडीतले जीव गप्प गाडीत बसून न राहता जवळच्याच जुन्या हवेलीत किंवा पडक्या वाड्याकडं जायला निघतात...

सिनेमात भुताची 'एन्ट्री' होण्याआधी अशी 'सिच्युएशन' असणं जणू अपरिहार्यच असतं. कुणी आपल्या घरात बसलंय आणि भूत दिसलं असं सहसा होत नाही, त्यासाठी रात्र, पाऊस, पुरानी हवेली, चित्रविचित्र आवाज, गूढगंभीर वातावरण अशी सगळी पार्श्वभूमी असणंही आवश्यक असतं.

तर या हवेलीत निघालेल्या मंडळींसाठी हवेलीचा जुना, भरभक्कम दरवाजा आपोआप उघडतो... अर्थातच करकरत! ती जुनी-पुराणी हवेली, तिचा वापरात नसलेला दरवाजा (कारण 'आत' राहणाऱ्या भुतांना बाहेर येण्यासाठी दार थोडंच उघडावं लागतं?), त्याला कधीकाळी तेल-पाणी लागलं असेल कुणास ठाऊक, त्यामुळं तो वाजणं अगदी स्वाभाविक असतं, पण त्याचं असं करकरत उघडणं वातावरणातलं भय आणखी गडद करतं. समजा, दरवाजा आपोआप उघडला नाही, तर माकडटोपी घातलेला, भयप्रद चेहऱ्याचा, गूढ हालचाली करणारा, तुसडा रखवालदार धुरकट काचेचा कंदील घेऊन दार उघडतो. त्या रखवालदाराकडं पाहून या मंडळींना आणखीनच भीती वाटते, तरीसुद्धा ही मंडळी मागं फिरत नाहीत किंवा काहीतरी चमत्कारिक प्रकार दिसतोय, नको ट्रायल घ्यायला, असा विचार करत नाहीत. अगदी कसायाला गाय धार्जिणी म्हणतात तसं ते तिथं स्वतःच्या पायानं चालत जातात, एवढंच नव्हे तर त्या परक्या हवेलीत आपल्या बापाचं घर असल्याच्या थाटात सराईतपणे वावरूसुद्धा लागतात. तो मितभाषी, गूढ रखवालदार

काहीतरी अगम्य, संदिग्ध बोलून पुटपुटत निघून जातो. तिथं बहुधा कायमस्वरूपी वीजभारनियमन असतं, त्यामुळं कंदील त्याच्या पाचवीला पुजलेला असतो. रात्री कंदिलाची राखण करून झाल्यावर तो बहुधा दिवसा रेशनच्या रॉकेलच्या रांगेत उभा राहत असावा. बाकी कुठल्याही क्षेत्रात प्रगती झालेली दिसेल, पण कंदिलाच्या बाबतीत मात्र नाही. तिथं बॅटरी, इन्व्हर्टर, जनरेटर अशी आधुनिकता नाही, पुरानी हवेली, रखवालदार आणि धुरकट काचेचा कंदील यांचं नातं अतूट आहे!

तर, अशा या जुन्यापुराण्या, कोळिष्टकांनी भरलेल्या घरात पाहुणी मंडळी नजर टाकतात. कुठं पाकोळ्या बिनडोकपणे भिरभिरत असतात, तर वटवाघळं 'योगा' करत असतात, पाली सरसरत फिरत असतात, कोळ्यांनी तर गालिच्याच्या आकाराची जाळी विणून ती जणू प्रदर्शनात 'डिस्प्ले' केलेली असतात. या हवेलीत जुन्या वैभवाच्या पुसट खुणा दिसत असतात. एखादं भेदक, हिरव्या डोळ्यांचं काळं मांजर आणि टोल देणारं मोठं जुनं घड्याळ भीतीचा काळोख आणखी गर्द करत असतात. भिंतीवरची पूर्वजांची भव्य चित्रं, पेंढा भरलेला वाघ, कळकटलेलं झुंबर अशा गोष्टी अंगावर आल्यासारख्या भासत असतात... तितक्यात भूतिणीची 'एन्ट्री' होते... सगळे बर्फासारखे थंडगार, जागच्या जागी खिळून राहतात.

ती भूतीण काहीही करू शकते. म्हणजे, वरच्या मजल्यावरून क्षणार्धात खाली येऊ शकते, हात कितीही लांबवू शकते, किंवा नुसती एक 'झलक' दाखवून अंतर्धान पावू शकते... किंवा कोऱ्या चेहऱ्यानं निरूपद्रवीपणे तिथून बाहेर पडू शकते... असं काहीही होऊ शकतं.

कधी कधी, रात्री बाराचे टोल पडताच (भुतांचे 'वर्किंग अवर्स' सुरू होण्याची वेळ!) जुन्या लाकडी शवपेटीत बंदिस्त असणारी 'ती' अचानक उठून बसते. पेटीतून बाहेर येते, ती थेट चालू लागते. तिचा 'ड्रेसकोड' ही ठरलेला असतो... पांढरी साडी, लांब बाह्यांचा पांढरा ब्लाऊज आणि हातात भलीमोठी प्रज्वलित मेणबत्ती... तिचे केस चांगले दाट, काळेभोर व लांबसडक असतात, तेसुद्धा मोकळे सोडलेले. (स्लिव्हलेस बाऊज घातलेली किंवा प्रिंटेड साडी नेसलेली भूतीण पाहिली आहे कधी?... कोण हसलं ते! ... मी पडद्यावर पाहिली का, असं विचारलं!) तर, अशी ही 'बेदाग सफाई' वाल्या पांढऱ्याशुभ्र, भट्टीच्या, तलम साडीतली भूतीण शून्य चेहऱ्यानं व मंद चालीनं मार्गस्थ होते. (अगदी अपवादानंच ती शरारा वगैरे पायघोळ वेशात असते.) तिच्या हातातली मेणबत्ती वाऱ्याच्या झोतानं फरफरत नाही की विझत नाही. एवढंच कशाला, तिची मेणबत्ती संपतसुद्धा नाही. मेणबत्तीचं मेण वितळून तिला त्या गरम मेणाचा चटका बसलाय असं कधीही होत नाही! बरं, तिला मेणबत्ती कशाला लागते कुणास ठाऊक! कारण तिला अंधारात दिसत नाही ही अडचण असणारच नाही. कदाचित ती इतरांना आपण

दिसावं यासाठी सोबत मेणबत्ती वागवत असावी. पायघोळ निऱ्यांनी अथवा पदरानं जिना व रस्ता झाडत झाडत ती चालत राहते. तिला बंद दारं, बंद भिंती वगैरे अडसर नसतातच, त्यामुळं तिचा मुक्त संचार सुरू असतो. पण या संचाराचाही तिनं एक 'रूट' ठरवून घेतलेला असतो. अपरात्री आलेल्या पाहुण्यांना (किंवा आलेल्या पाहुण्यांना मध्यरात्रीनंतर) ती गाण्याची एखादी लकेर, पैंजणांची छुमछुम, रुणझुणतं हसणं किंवा भयानक किंकाळी असलेही काय-काय आविष्कार दाखवत असते. एकूण काय, ही पाहुणी सावजं आयती चालत आलेली असतात. भूतीण तिच्या प्रभावाच्या 'रेंज' मध्येच तिचं भूतपण सिद्ध करत, तिला प्राप्त असणाऱ्या सिद्धीची चुणूक दाखवत असते. या शक्तिमान भूतिणीला ती हवेली चुटकीसरशी स्वच्छ करणं काय कठीण आहे? पण नाही, वटवाघळं, पाली, जळमटं ही जणू 'त्यांच्यातल्या' इंटिरियरची परंपरागत फॅशन असल्यासारखे त्या हवेलीची शोभा (!) वाढवत असतात!

भूतपटांमध्ये या क्षेत्रात जनरली महिलांचीच मक्तेदारी दिसते. एखादं पुरुषभूत पांढराशुभ्र झब्बा घालून बॅटरी दाखवत जिना उतरतंय असं पाहिल्याचं स्मरत नाही. पण पांढरी साडी– मेणबत्ती कसं नेहमीच्या परिचयाचं असतं. पुरुषभुतं बहुतेक वेळा अक्राळविक्राळ, भेसूर, आडमाप स्वरूपात दिसतात, पण महिलाभुतं मात्र आकर्षक रूपात, मादक अदांत दिसतात. एकदा का 'सावज' टप्प्यात आलं की मग या भूतिणी खरे दात बाहेर काढून, ते सावजाच्या मानेत खुपसून घशातल्या घशात हिंस्र आवाज काढत, स्ट्रॉनं कोल्ड्रिंक प्यावं तसं रक्तप्राशन करतात, पण हे 'खरे दात' कळेपर्यंत त्यांचं रूप कुणीही भुलेल असंच असतं. एकदा का कार्यसिद्धीच्या दिशेनं पाऊल पडलं की, यांच्या डोळ्यांत रेडियम स्टीकर लकाकतात.

यातील सगळीच भुतं काही वाईट नसतात बरं! काहींना पुराना हिसाब चुकता करायचा असतो, अन्यायाचा बदला घ्यायचा असतो, कुणाचं मन प्रेमात अडकलेलं असतं... आदल्या जन्मीच्या वासना तीव्रपणे मागं उरलेल्या असतात म्हणून तर त्यांना हे रूप प्राप्त झालेलं असतं ना... त्यामुळं मुक्ती लाभेपर्यंत त्याचा आपल्या परीनं प्रयत्न (!) सुरूच असतो... पण भूत ते भूतच! त्यामुळं पाहुण्या मंडळींना भर पावसातसुद्धा दरदरून घाम फुटलेला असतो... आणि कोरीव भुवयांची, शुभ्र साडीतली, बिनचपलांची भूतीण (उलट्या पायांच्या चपला मिळायला अवघड जात असेल बहुतेक!) मस्तपैकी पावसातूनसुद्धा मेणबत्ती न विझू देता भटकत राहते... आणि ते गुंग होऊन, श्वास रोखून पाहणारे आपण, थिएटरमध्ये मागच्या रांगेतला माणूस धप्पकन् उडला तरी धस्सकन् दचकतो आणि सुटकेचा निःश्वास टाकत मनातल्या मनात म्हणतो... मला वाटलं!...

◆

आत्महत्येचे फुसके बार

जेव्हा आपल्यासमोरचे सगळेच मार्ग बंद झाले आहेत असं वाटतं, तेव्हा आपण काय करतो?... आपण सर्व गोष्टी परमेश्वरावर सोपवून धीरानं वाटचाल करत राहतो... पण समजा, तरीसुद्धा संकटांची मालिका खंडित न होता (डेली सोप सारखी संपायचं नाव घेईना झाली तर!) जीवन असह्य झालं तर? सर्वसामान्यपणे माणूस ही 'स्टेज' येऊ देत नाही. पण अगदी असं असह्य झालं तरच तो जीवनयात्रा संपवण्याचा निर्णय घेईल. पण सिनेमा विश्वात मात्र ही 'स्टेज' अगदी वरचेवर येताना दिसते आणि या विश्वातली माणसं तीर्थयात्रेला किंवा सहलीला जाऊन यावं तितक्या सहजतेनं मरणाचिये द्वारी जाऊन (अर्थातच परत) येत असतात.

सिनेमा विश्वात एकंदरीतच जीवावर उदार असणाऱ्या मंडळींची संख्या फार! जीवनाविषयी आसक्ती नसलेली ही अत्यंत निर्मोही मंडळी मरणाला भीत तर नाहीतच उलट निरनिराळ्या मार्गांनी मरणाला कवेत घेऊ पाहतात. त्याचेसुद्धा अगदी पारंपरिक मार्ग ठरलेले आहेत.

मार्ग क्रमांक एक : फास लावून घेणे.

मार्ग क्रमांक दोन : कड्यावरून उडी घेणे.

मार्ग क्रमांक तीन : रेल्वे रुळावर जाऊन (रेल्वेची प्रतिक्षा करत) पडणे.

मार्ग क्रमांक चार : (शक्यतो उंच पुलावरून) नदीत उडी घेणे.

अगदी काही स्पेशल केसेसमध्ये हिरकणी खाऊन जीवनयात्रा संपविणं हाही मार्ग वापरलेला दिसतो, पण तो अगदी क्वचित. तसंच, अंगठीत जपून ठेवलेली विषाची कुपीही (शब्दशः हाताशी) असतेच. त्याचबरोबर उंच इमारतीवरून उडी घेणं, समुद्रात झोकून देणं हेही मार्ग वापरलेले दिसतात. अशी ही मार्ग यादी आणखीही काही प्रकारांना सहभागी करून घेऊ शकते. पण या विश्वातला आत्महत्येचा सर्वांत हिट फॉर्म्युला म्हणजे विषप्राशन किंवा झोपेच्या गोळ्यांचे सेवन.

विषप्राशन हा मार्ग रुपेरी पडद्यावरील जीवांना फारच सोयीचा वाटत असावा. स्वतःच्या हातून काही चूक झालेली असो वा स्वतःवर अन्याय झालेला असो,

आपल्या 'जाण्याने' इतरांना फायदा करून द्यायचा असो की ब्लॅकमेलिंगला वैतागून जीवन संपवायचे असो... रुपेरी जगतात विषप्राशन हा जणू हुकमी मार्ग सर्वाधिक वेळा वापरला गेला असेल. आपल्या घरात समजा अचानक मुंग्यांची भलीमोठी रांग दिसू लागली तर झटकन् मुंग्यांची पावडर किंवा क्रेझी लाईन्स सारखा 'कीटकपळव खडू' सापडणार नाही किंवा उपलब्ध असणार नाही, पण या लोकांना मात्र मनात आलं रे आलं की, विषाची बाटली सहज उपलब्ध होऊ शकते. वास्तवात, विषाचा पेग मारायचा म्हटला तरी ढेकूण, झुरळ, उंदीर या प्राणीमात्रांना मारण्याचे औषध किंवा वनस्पतींवर फवारण्याचं औषध उपलब्ध करावं लागत असेल, ते इतरांना दिसू नये अशा गुप्त जागी ठेवावं लागत असेल आणि मग योग्य मोका साधून, अनंताच्या प्रवासासाठी प्रस्थान ठेवावं लागत असेल, पण सिनेमातल्यांना बघा, अगदी घरातच (ते सुद्धा उशीखाली!) विष किंवा पॉयझन असं देवनागरी लिपीत किंवा पी.ओ.आय.एस.ओ.एन. असं ठळक लेबल लावलेली बाटली सज्ज असते. झोपताना केसांतल्या पिना उशीखाली काढून ठेवाव्यात तितक्या सहजतेनं ही माणसं उशीखाली विषाची बाटली ठेवतात.

यांच्या घरात, कपाटात किंवा ड्रॉवरमध्ये 'विष' असं लिहिलेली बाटली सदैव हजर असते. मी तरी आजवर प्रत्यक्षात कुणाच्या घरी 'विष' असं लेबल असलेली बाटली पाहिली नाही बुवा! काही गृहकृत्यदक्ष बायका घरातल्या फडताळातल्या डब्यांवर 'गव्हाचे पीठ', 'बेसन पीठ', 'साखर' अशा चिठ्ठ्या लावून ठेवतात, तसाच हा गृहकृत्यदक्षतेचा भाग असतो की काय?... की बाबा, हे विष... चिठ्ठी लावून ठेवूया. कधी लागलं तर असू देत किंवा 'घर म्हणून' असू देत! जनरली बघा हं, या बाटलीचा रंग आणि आकारसुद्धा (प्रत्येक सिनेमात) सारखाच असतो.

त्याच तोडीचा आणखी एक मार्ग म्हणजे झोपेच्या गोळ्या घेणं. सारं अगदी असह्य होतं तेव्हा ही मंडळी तिरीमिरीत येतात आणि हातावर डबीतली बडीशेप-सुपारी ओतून घ्यावी तशा झोपेच्या गोळ्या ओतून घेऊन, त्या गटट्म गिळून मोकळे होतात.

इतर मार्ग म्हणजे मग... छताच्या पंख्याला साडीनं, ओढणीनं किंवा दोरखंडानं फास लावून घेणं. सामान्य माणसाची फासाची गाठ कशी तयार करायची इथून तयारी! पण या मंडळींना फासाची गाठसुद्धा बुटाच्या लेस बांधण्याइतक्या सफाईनं बांधता येत असते. अजून एक प्रकार म्हणजे, रॉकेलचा डबाच उचलून त्याखाली सचैल भिजणं आणि मग काडेपेटी हुडकून काडी पेटवण्यासाठी झटापट करणं... काडेपेटी सापडलीच तर काडी पेटेल तर शपथ! यातला कुठला मार्ग नकोसा वाटला तर थेट घर सोडून निघायचं ते नदीच्या पुलावर किंवा उंच कड्यावर

यायचं... क्षणभर थबकायचं... ते खाली धडाम्... गुरुत्वाकर्षण आपलं काम चोख पार पाडतंच! असाच आणखी एक प्रकार म्हणजे घरातल्या पिस्तुलानं आत्मनाश करायचा पण चाप ओढण्याआधी शक्यतो कुणी तरी येऊन थांबवतंच.

हे लोक रस्त्यावरून शून्य-विझल्या चेहऱ्यानं किंवा मुसमुसत-रडत किंवा पळत रेल्वे रुळाच्या दिशेनं किंवा नदीकडं किंवा कड्याच्या टोकाकडं निघालेले असतात, तेव्हा सहसा यांना वाटेत कुणी भेटत नाही, भेटलंच तर ''कुठं निघालात?'' विचारत नाही. सिनेविश्वातली या बाबतीतली खासियत म्हणजे नव्व्याण्णव टक्के वेळा या आत्महत्या अपयशी होतात आणि जीवनात काही राम उरला नाही असं म्हणून मरू पाहणारी मंडळी पुन्हा समरसून जगू लागतात... आहे किनई गंमत!

या जालीम दुनियेत काही अर्थ नाही या निष्कर्षाप्रत येऊन जालीम विषाची बाटली मुखात रिती केल्यानंतर, ती 'विष' किंवा 'पॉयझन' असं लेबल लावलेली बाटली तिथंच कुठंतरी घरंगळत गेलेली दिसते... ती पाहून काय घडलं आहे याची कल्पना येते आणि कुणीतरी या व्यक्तीला अगदी वेळेत दवाखान्यात पोचवतं... ''और जरा भी देर होती तो...'' असं चर्रऽऽ करणारं वाक्य डॉक्टरांच्या तोंडी घ्यायचं म्हणून दिल्यासारखं असतं, देर होणार नसते, तसं कधीच होत नसतं, होणार नसतं... धुण्याच्या बादलीवर साबणाचा फेस यावा तितका तोंडाला फेस येऊन काळीनिळी पडलेली माणसंसुद्धा 'उपरवाले की दुवा' से हमखास वाचतात. नुसती वाचतात नव्हे तर या 'पराक्रमाचे' त्यांच्यावर कुठले दुष्परिणामसुद्धा उरत नाहीत.

ही जीवन नकोसं झालेली मंडळी कड्यावरून खाली उडी घ्यायला गेली तर त्यांना (हमखास) कुणीतरी मागं ओढतं. (दोन कानशिलात लावून भानावरसुद्धा आणतं!) त्यातनं समजा खाली पडलेच, तर तेसुद्धा झाडावेलीत अलगद... हात- पाय-कंबरडं मोडून चार-सहा महिने बिछान्यात पालथे पडलेत असं क्वचितच. जलाशयात उडी घेतली, तर कुणीतरी देवदूतासम वाचवायला हजर! धबधब्याच्या प्रपातातून पडले किंवा अजस्र सागरी लाटांबरोबर वाहिले तरी त्यातून अलगद ओघळत कुठल्यातरी किनाऱ्याला लागून तिथल्या प्रेमळ आदिवासींच्या मायाळू घरात शुश्रूषा व्यवस्थित होतेच.

यांनी रेल्वे रुळावर पडून जीवनयात्रा संपवायचं ठरवलं तर... प्रेक्षक श्वास रोखून... समोरून भरधाव रेल्वे... ढॅंऽऽऽ... रूळ... वेग... रेल्वे... त्यावर बसलेलं किंवा पडलेलं हे ध्यान... आता जीवन मरण यादरम्यान अवघ्या एका सेकंदाचा फासला... पण तितक्यात कुणीतरी स्वतःचा जीव धोक्यात घालून धावत येतं आणि या ध्यानाला वाचवतं किंवा त्याहून 'हाईट' म्हणजे समोरून ढॅंऽऽऽ करत वेगात येणारी रेल्वे (मरायला सुद्धा लायकी लागते असं वेडावत) चक्क दुसऱ्या ट्रॅकवरून निघून जाते.

असा हा हिंदी सिनेमातील (न होणाऱ्या) आत्महत्यांचा प्रवास. या आत्महत्या अपयशी व्हायलाच हव्यात ना, नाहीतर मग आपण पुढं पाहायचं काय? पात्रांनी अशी आत्महत्या करून सुटका करून घेतली, तर बधीर प्रेक्षकांनी करायचं तरी काय? आधुनिक मार्गांचा अगदी किरकोळ अपवाद वगळता, सिनेमात हे मार्गच अपयशी आत्महत्यांसाठी यशस्वीपणे वापरले जात आहेत.

◆

कवचकुंडलधारी

चित्रपटाच्या कथेनं जबरदस्त वेग घेतलेला असतो... नायक आणि खलनायक समोरासमोर उभे ठाकलेले असतात.... तुफान हाणामारी... पळापळी... पाठलाग... नागानं फणा काढावा तसे हातवारे करत खलनायक हिंस्र मुद्रा धारण करतो... त्याच्या चेहऱ्यावर ''उंदरा, आता कुठं पळशील?'' असे भाव वाचता येत असतात... मग नायकही लीलया 'फणा' काढतो... एकमेकांचा अदमास घेत दोघं परस्परांवर हल्ला करतात... खलनायकाची बाजू जराशी लंगडी पडते, नायक वरचढ ठरतोय असं दिसताच खलनायक पळ काढतो... इकडं नायक त्याच्या पाठीमागं धावत निघतो... खलनायक त्याची चकाचक गाडी घेऊन सुसाट वेगानं आडवातिडवा-तिरकातारपा जमेल तशी गाडी दामटत निघतो... मग नायकही वाटेत दिसेल ती गाडी घेऊन निघतो (त्यात कुणाला विचारा-बिचारायची भानगड नसते. अहो, प्रसंग केवढा बाका, त्यात गाडीचं काय घेऊन बसलात!)... खलनायक पुढे... नायक मागे... आता नायक या गाडीतून त्या गाडीत उड्डाण करणार इतक्यात खलनायकाच्या पिस्तुलातील गोळी नायकाच्या गाडीच्या टायरचा अचूक वेध घेते... गाडी तिडमिडते, उलटीपालटी होते... कधी-कधी पेटसुद्धा घेते, पण अभेद्य कवचकुंडलधारी नायक त्या अपघातातून सहीसलामत बाहेर पडतो आणि धावत सुटतो... वाटेत पुन्हा कुठलीशी दुचाकी उभी असते... किल्ली लावून सज्ज, जणू पळवून नेण्यासाठीच ठेवलेली (तिचा मालक रस्त्याकडेला लघुशंकेसाठी उभा)... नायक दाणकन् किक मारून ती दुचाकी सुरू करतो आणि वेगानं निघतो... (दुचाकीचा मालक जागच्याजागी कळवळतो, तडफडतो, पण त्याची 'अवस्था' कठीण!)... एव्हाना खलनायकाची चकाचक गाडी व नायकाची दुचाकी यांत बरंच अंतर पडलेलं असतं... खलनायकाच्या चेहऱ्यावर छद्मी हास्य उमटलेलं असतं. तितक्यात नायक खलनायकाच्या गाडीसमोर येऊन उभा ठाकतो! नायकाला कुठलेही मार्गच नव्हे त्या मार्गावरचे सगळे शॉर्टकटस् सुद्धा माहीत असतात, त्यामुळं तो या मार्गानी कोटीच्या कोटी उड्डाणे घेत, झेपावत, दऱ्याडोंगर सहजी पार करत थेट इथवर आलेला असतो!

हुश्श! आपण नुसतं पाहूनसुद्धा दमून जावं एवढी धावपळ आणि कर्तबगारी

नायक किती लीलया पार पाडतो नाही? आणि या व्यक्तित्त्वाला पैलू तरी किती असावेत? दुर्गुण म्हणाल तर औषधालासुद्धा सापडायचा नाही, पण सद्‌गुण... किती आणि काय काय सांगावेत? अष्टपैलू हा शब्द फिका पडेल असं हे हिंदी पडद्यावरचं एकमेवाद्वितीय व्यक्तिमत्त्व!

वडिलधाऱ्यांचा आदर करणारा, अति प्रेमळ 'बहना' चा तितकाच प्रेमळ भैय्या, नि:स्वार्थी, बडे भैय्याविषयी सादर प्रेम बाळगणारा, भाभीला 'माँ समान' मानणारा, खऱ्याखुऱ्या माँ विषयीच्या प्रेमाबद्दल सांगायला तर शब्दच अपुरे पडतील, बाबूजीविषयी प्रचंड आदरमिश्रीत श्रद्धा असणारा हा नायक घरातल्या किंवा मित्राच्या एखाद्या आगाऊ काट्र्याचा 'चाचू', नायिकेचा 'जानू', 'यारों का यार' अशा विविधरंगी भूमिकेत असतो. आपणहून कुणाच्या वाटेला जाणार नाही, पण कुणी वाटेला गेलं तर त्याला सोडणार नाही, असा खाक्या असणारं हे पात्र अत्यंत सद्‌वर्तनी, सुलक्षणी व सहृदयी असतं.

शिवाय, दहा-दहा सराईत गुंडांना पुरून उरायचं म्हणजे काय साधी गोष्ट आहे का? पुन्हा चाकू, पिस्तूल, सळ्या, साखळ्या, हॉकी स्टिक, सोड्याच्या बाटल्या (अगदी सरावाच्या असल्यासारख्या) वापरून मारामारी करायची, अंगात सात–आठ गोळ्या घुसल्या तरी खिंड लढवायची, आगीचे लोळ असोत, धुरांचे लोट असोत, बॉम्बचे स्फोट असोत... त्यातून पार पडायचं, कुठल्याही 'मेक' ची दुचाकी, तिचाकी, चारचाकीच नव्हे; तर जहाज, हेलिकॉप्टर, रोडरोकर, क्रेन, पोकलॅन... काय वाटेल ते चालवायचं... अशा कुठल्याही बाबतीत नायक मागं हटत नाही. 'मला येत नाही' असं म्हणणं तर दूरच पण तो कुठल्याही क्षणी कुठल्याही गोष्टीसाठी सज्ज असतो, ''आता 'टच' सुटला रे!'' किंवा ''सध्या प्रॅक्टीस नाही ना!'' अशा सबबी त्याच्या तोंडात कधीच नसतात. गाडी रस्त्यावरून चालवण्यासाठी असते हे विसरून तो गाडीनं भिंतीच्या भिंती फोडतो, काचांचे दरवाजे चूर चूर करतो, रटरटल्या ग्रेव्हीच्या कढया, कसली कसली उतरंड, काय वाटेल ते असो नायक 'साध्या' कारनं हे कार्य सिद्धीस नेतो.

तो खलनायकानं पेरलेले बॉम्ब निकामी करण्याचं काम अक्रोड फोडावा तशा सहजतेनं करत असतो. पुन्हा खलनायकी अड्डयांवरचे स्वीचेस, ते कुठं आहेत, कसे बंद करायचे, ते बंद केले तर काय होईल, सगळं काही त्याला ठाऊक असतं. उंचावरून उड्या मारणं काय, गाड्यांची उड्डाणं काय,... याचं खानदान सर्कशीत होतं की काय असा प्रश्न पडावा! मुख्य म्हणजे, याला खलनायक आता काय डावपेच आखणार याचा अचूक अंदाज असतो आणि अर्थातच याच्याजवळ प्रत्युत्तर तयार असतंच.

ड्रायव्हिंग, जलतरण, नौकानयन, हवाई कसरती, घोडेस्वारी, अडेल 'घोड्यां'ना

ताळ्यावर आणणं, बेसावध असतानासुद्धा एकट्यानं अख्ख्या गुंड टोळीशी दोन हात करणं... हे सगळं करतानाच पुन्हा शिक्षणाकडं किंवा व्यवसाय– उद्योगाकडं दुर्लक्ष म्हणून नाही! त्यात नायिकेचं हृदय जिकणं हे वेगळंच 'मिशन'... तरीसुद्धा हिंदी नायक कुठंही न डगमगता, तडफेनं, धडाडीनं सगळं साध्य व सिद्ध करत असतो.

या पात्राचा स्टॅमिना काय वर्णावा! एवढी मारामारी करून आलोय, जरा पडतो आता, असं चित्र पाहिल्याचं स्मरतंय का? लगेच तो नवे कपडे, नवा गॉगल, नवे बूट चढवून नायिकेसोबत बागेत/डिस्कोत/आइस्क्रीम खायला किंवा तत्सम ठिकाणी टवटवीत, फ्रेश... तिला भुलवणारं गीत गाऊन मोकळा! पुन्हा नाचाचं म्हणाल तर तिथंही पुढं. बाकीच्यांनी खुशाल घटवून घटवून 'स्टेप्स' बसवाव्यात, आमचा नायक फक्त एक सेकंदभर इकडं-तिकडं बघणार की लगेच बाकीच्यांच्या 'स्टेप्स' शी जुळवत नाचायला लागणार; कधीही अकस्मात जरी माईक हातात आला तरी याचं गाणं तयार, ते सुद्धा प्रसंगोचित! (आमच्या एका परिचितांच्या निरोपसमारंभात एका हौशी गायिकेनं 'अखेरचा हा तुला दंडवत' हे गाणं मोठ्या भावपूर्ण पद्धतीनं म्हटलं होतं.) गीतात अकस्मात टपकावं लागलं तरी नायक डगमगत नाही, प्रसंगाच्या सुरात सहज सूर मिसळतो. मला नेहमी एक प्रश्न पडतो, गाण्यात फेकून दिलेले गॉगल आणि भिरकावलेली जाकिटं गोळा करायच्या कामावर कुणी नेमलेलं असतं? का, नंतर पुन्हा जाऊन या गोष्टी घेऊन येतात? का, या वस्तू 'डिस्पोजेबल' असतात?

गिटार, पियानो, सतार, ॲकॉर्डियन, माऊथ ऑर्गन, बोंगो, ड्रम्स असं कुठलंही वाद्य नायकावर प्रसन्न असतं, त्याला 'मार्शल आर्ट' येत असते, त्याला सगळ्या तारखा, सगळे पत्ते, सगळे फोन नंबर तोंडपाठ असतात, तो कुठल्याही वातावरणात बुजत नाही, त्याचं इंग्रजीसह सर्व आवश्यक भाषांवर प्रभुत्व असतं, त्याला लोककलाही अवगत असतात. कोर्ट, पोलीस स्टेशन, दवाखाने, आयसीयू, महत्त्वाच्या मिटींग्ज ते बागा, सरोवरे, बर्फाळ प्रदेश, उपाहारगृहे, चित्रपटगृहे... अशा सर्व ठिकाणी त्याचा कर्तृत्वसंपन्न आणि मुक्त संचार असतो.

असा हा, सगळ्या नात्यांना न्याय व परिस्थितीला तोंड देणारा नायक काळासोबत खूप बदलला आहे. चांगला चार पोरांचा बाप दिसतोय आणि अजून बी.ए.चा महान शिक्का नाही, असा नायक आता नसतो. त्याचं वय आता बरंच कमी झालंय. पीळदार देहयष्टीचं दर्शन घडवणारा आधुनिक नायक काळाच्या प्रवाहाशी ताळमेळ राखत बराच बदलला आहे, फक्त त्याची अभेद्य कवचकुंडलं तेवढी तशीच आहेत आणि जोडीला त्याची कर्तबगारीही!

◆

त्यागमूर्ती सोशिका

गोष्ट लहानसहान असो की महत्त्वपूर्ण... प्रत्येक बाबीत अत्यंत विरक्त, नि:स्वार्थी, पट्टीचं त्यागी, विशालहृदयी, मोठ्या मनाचं, चांगुलपणाचा अतिरेक करणारं एक पात्र हिंदी पडद्यावर वर्षानुवर्षे मार्गक्रमण करत आलं आहे, ते म्हणजे जिला 'त्यागमूर्ती सोशिका'ही उपाधी बहाल करावी अशी त्या घरातील सोशिक स्त्री... हा (सक्तीचा) मान बरेचदा त्या घरातल्या 'बहू' चाच असतो, आणि तीही 'घेता किती घेशील दो कराने' अशा बाण्यानं जमेल तेवढे अन्याय–अत्याचार अगदी आसुसून, ओढवून ओढवून घेऊन सोसत असते... अगदी 'अन्याय ॲडिक्ट' म्हणा ना!

भारतीय संस्कृतीची कट्टर पाईक असणारी ही सोशिका अगदी संपूर्ण भारतीय वेशभूषा–अलंकारांत शालीनपणे वावरत असते. तिच्या व्यक्तिमत्त्वाला त्यागाची झळाळी असते, त्यासोबत पातिव्रत्याचं विलक्षण वलय असतंच! सदैव सस्मित, प्रेमळ, सुंदर (समजणारं) हे पात्र 'घराच्या कल्याणा' वाहिलेलं असतं आणि तिला त्यागाची 'संधी' देण्याची घरातल्या व संबंधित मंडळीमध्ये जणू अहमहमिकाच असते.

या सोशिकेनं उंबऱ्यावरचं माप ओलांडून घरात पाऊल टाकल्या क्षणापासून सासूनं तिच्याशी उभा दावा धरलेला असतो, मुख्य म्हणजे नवऱ्यालाही तिची फारशी किंमत नसते (म्हणजे, अजून कळायची असते!), दीर-नणंदा ही मंडळी मन लावून तिच्या त्रासात भर घालत असतात, त्या जोडीला एखादा कारस्थानी शकुनीमामा, त्याचा (वाईट नजरेचा) मुलगा किंवा एखादी बटबटीत डोळ्यांची कचाकचा बोलणारी आत्या... अशा सगळ्या चित्रविचित्र नमुन्यांशी ही सोशिका अतिशय आदरानं, मायेनं, प्रेमानं, ममतेनं वागत असते. ती अंथरूणाला खिळलेल्या किंवा व्हीलचेअरमधल्या आजी-आजोबांमध्ये जगण्याची उमेद जागवते, बाबूजींशी मुलीच्या मायेनं वागते, त्यांच्या औषधाच्या वेळा लक्षात ठेवते, माँजींचे पाय चेपून देते, त्यांनी "हहूऽ" करून कुऱ्यांनं लाथाडलं तरी ते मनावर न घेता रोज त्यांच्या पाया पडते, नणंद-दीर यांच्यासाठी रदबदली करते... अशा प्रकारे ही सोशिका प्रत्येकाशी

असणाऱ्या नात्याची जबाबदारी अत्यंत भक्तिभावानं व इमानेइतबारे पार पाडत असते. घर हेच तिचं मंदिर असतं आणि पती परमेश्वर; त्यामुळं त्या बाबतीतली 'भक्ती' स्पेशलच असते. अशी ही सगळ्या जबाबदाऱ्या चिकाटीनं पेलणारी, पण घरात काडीचा 'व्हॉईस' नसलेली त्यागमूर्ती सोशिका! हा जरी सगळ्या घराच्या कल्याणाचा आणि कल्याणाचाच विचार करणारा, सगळ्या प्रश्नांत पडणारा, घर नामक एकखांबी तंबूचा मुख्य खांब असला तरी तिच्या त्यागाचं, कष्टाचं चीज मात्र होत नसतं. कुणालाच त्याची कस्पटाइतकीही किंमत नसते, उलट हे जणू तिचं कर्तव्यच आहे आणि तिला छळणं हा आपला हक्कच आहे अशा थाटात सर्वजण असतात. असं हे सोसण्यासाठी (व मुख्यत्वे रडण्यासाठी) जन्माला आलेलं पात्र!

रात्री उशीरापर्यंत मर मर राबून, कष्ट उपसून, कुजके 'तानें' झेलून, दमून अगदी पडायला आलं तरी तसं न दाखवता, ही सोशिका दुधाचा ग्लास घेऊन माडीवर आपल्या खोलीत जायला निघते... नवरा शुद्धीत असला तर दूध, नाहीतर मग अस्ताव्यस्त पसरलेल्या नवऱ्याला नीट झोपवून, पांघरूण घालून, त्याचे बूट काढून, दिवा मालवायचा आणि स्वत: अश्रू ढाळत अंमळ पडायचं, कारण पुन्हा पहाटेपासून ड्युटीवर रुजू व्हायचं असतं!... तर अशा या दुधाचा ग्लास घेऊन निघालेल्या सोशिकेला असंतुष्ट नणंद काहीतरी कुजकं बोलते... सोशिकेचे डोळे भरून येतात, पण ती काही उलट उत्तर करत नाही; मग सासूचा नंबर... ती आणखी दोन पावलं पुढंच जाते... तरी सोशिका खालमानेनं सगळं गिळते... मग सासू अधिकच चेकाळते आणि कसल्यातरी धगधगत्या तप्त वस्तूचा अथवा पेटत्या लाकडाचा सोशिकेच्या पायाला चटका देते... इकडं पार्श्वसंगीताचा कल्लोळ उसळतो, पण सोशिका! दु:ख-अपमान-वेदना अशा सगळ्याचं कॉकटेल मुकाट्यांन गिळते... डोळ्याच्या कडा टिपते आणि हुं की चूं न करता पुन्हा हसतमुखानं माडीवर जाते... पण पतिपरमेश्वरापुढं याविषयी किंवा कशाच विषयी चकार शब्द काढत नाही... सारं काही गिळ गिळ गिळते... रडतेसुद्धा एकान्तात.

या सोशिकेला भारी साड्या, मौल्यवान दागिने, घर, जमीन यांतल्या कशश्या-कशश्याचा म्हणून मोह नसतो. मंगलसूत्र व सिंदूर सोडला तर तिची कशातच गुंतवणूक नसते. शेवटी ऐहिकात किती गुंतायचं ना, त्यामुळं व घरातल्यांच्या सुखासाठी ती कशावरही सहज पाणी सोडायला तयार असते. ती कुठल्याही, कसल्याही जबाबदाऱ्या शिरावर घ्यायला तयार असते. जितकी संकटं जास्त, तितकं त्यागाचं तेज जास्त! कितीही कष्ट पडोत, त्याचं काहीही 'रिटर्न' न मिळो... तिची कशश्याकशश्याबद्दल तक्रार नसते. कितीही टोकाच्या स्थित्यंतरांना तोंड द्यायची तिची तयारी असते... कारण ते घर तिचं असतं आणि तिथली 'माणसं' (!) तिची असतात (असं ती म्हणत असते!) "जर ही माणसं तुझी आहेत, तर ती

तुझ्याशी अशी का वागतात?'' हा प्रश्न तुम्हा-आम्हाला (म्हणजे कोत्या मनोवृत्तीच्या क्षुद्र करंट्यांना) पडतो, सोशिकेला नाही.(दिव्यत्वाची जेथे प्रचिती!!)

अशी ही घरात मुळुमुळु रडून आनंदानं अन्याय सोसणारी सोशिका कधी प्रसंगानुरूप अत्यंत करारीपणे वागू शकते बरं का! वेळप्रसंगी ती खलनायकाच्या दोन मुस्कटात मारायला कमी करत नाही. घरावर काही बिकट प्रसंग आला तर तिचा दागिन्यांचा डबा सदैव सज्जच असतो, बाकी अंगावरचे अलंकारही ती क्षणार्धात उतरवते व घरावरचं संकट टाळते. इतर कुणालाच माहीत नसलेली व न जाणवलेली ''मंगलसूत्र की ताकद'' तिला माहीत असते, त्यामुळंही काही प्रश्न सुटतात. कधी कधी या सोशिकेचं चातुर्य व धडाडीही प्रकट होते... पण एरवी तिचा भर असं काही न करता सोसत राहण्यावरच असतो.

तिची वणवण, हालअपेष्टा न पाहवून तिच्या माहेरचा अथवा मित्रपरिवारातला कुणी कळवळून तिची यातून सुटका करायला गेला, तर ही सोशिका उलट त्यालाच तडफदारपणे सुनावते (झक मारली आणि हिच्या भानगडीत पडायला गेलो, असं त्याला झालं पाहिजे!) अगदी जन्मदात्या पित्याला सुद्धा ही सोशिका ''इस घर में मेरी डोली आयी थी, अब यहाँ से मेरी अर्थी जाएगी'' असं अगदी निर्वाणीचं ठणकावून सांगते, शिवाय सासरच्या मंडळींविरुद्ध चकार शब्द ऐकून घेत नाही. हे पाहताना निम्म्याअधिक प्रेक्षकांच्या मनात ''मग बस बोंबलत!'' असं नक्कीच येतं, पण बाबूजींना तसं म्हणता येत नाही, त्यामुळं ते डोळे टिपत निघून जातात.

अखेर सत्याचा, चांगुलपणाचा विजय होतो. परमेश्वराला एकदाची दया येते, बहुतेक तोही तिच्या रडण्याला कंटाळत असावा. सोशिकेच्या तपस्येला फळ येतं. गैरसमजाचं मळभ सरतं किंवा एखाद्या प्रसंगानं घरातल्या सगळ्यांचे डोळे उघडतात, असं काहीतरी घडतं आणि सगळं चित्रच पालटतं. इतके दिवस कुलटा, कलमुही, कुलक्षणी, कुतिया (हिंदीत 'पांढरे पाय की' म्हणत नसावेत!) अशा 'क' च्या बाराखडीतील शेलक्या विशेषणांना पात्र असणारी सोशिका एकदम बिटीया, चाँद का टुकडा, लाखों मे एक वगैरे वगैरे होते... तिच्या चेहऱ्यावर कृतकृत्य भाव तरळतात, फक्त पाठीमागं तेजोमयी प्रभावळ फाकायची तेवढी बाकी असते!

काही थोडेफार भौतिक बदल व काळाच्या ओघात झालेले वातावरणातील बदल वगळता, सिनेमातल्या या त्यागमूर्ती सोशिकेचा 'चेहरा' आजही अगदी जस्साच्या तस्सा टिकून आहे.

◆

नाच की सर्कस की कवायत?

हिंदी सिनेमा आणि नाचगाणी (म्हणजे नाच आणि गाणी, गाण्यांवरचे नाच, असं सर्व काही) याचं अगदी जन्मजन्मांतरीचं घट्ट नातं आहे. एखाद्या पराकोटीच्या गंभीर, उदासवाणं करणाऱ्या चित्रपटातही एखादं हॉट नृत्य असतं, इतकं हे समीकरण पक्कं आहे. हल्ली तर 'आयटम साँग' नामक हिट ॲन्ड हॉट नृत्याचा पायंडा पडला आहे. (या 'आयटम साँग'ला सध्या इतकं महत्त्व दिसतंय की, आघाडीच्या तारकासुद्धा आयटम साँग अभिमानानं करतायत आणि 'आयटम साँग' पुरती आयडेंटिटी असणाऱ्यासुद्धा मुलाखतींत कुर्ऱ्यात सांगतायत की, याला आयटम साँग नव्हे, 'स्पेशल साँग' म्हणा... म्हणूया बापडे! म्हटलं काहीही तरी 'दिसायचंय' तेच दिसणार ना!) असो.

हिंदी चित्रपटाचा एकूण प्रवास पाहिला तर आजअखेर, नाचगाणी या प्रकारात प्रचंड बदल घडले आहेत. कधी कधी तर नाचगाण्यांनाच इतकं महत्त्व मिळालेलं दिसतं की, पानात मुख्य जेवणापेक्षा लोणची पापडांचंच महत्त्व असावं तसं वाटतं.

अगदी जुन्या काळातले नायक-नायिका लपून-छपून कुठंतरी दूरवरच्या निर्जन स्थळी भेटत असत... जलाशयात पाय सोडून किंवा झाडाच्या फांदीवर रेलून, गवताची काडी चावत चावत किंवा पदराच्या टोकाला पिळे मारत मारत, मनातले भाव गीतातून व्यक्त करताना अगदी माफक हालचाली व अंगविक्षेप करत असत. (बरेचदा त्यांच्या भावमुद्रा बडबडगीत सादर केल्यासारख्यासुद्धा वाटायच्या!) कधी कधी तर ही जोडी नुकतीच आजारपणातनं उठल्यामुळं अशक्तपणामुळं नाचत-बिचत नाही की काय, अशी शंका चाटून जाते, इतका त्यांचा संथ कारभार असायचा. त्यानंतरच्या काळात बागांमधली पळापळी सुरू झाली. त्यापुढच्या काळात ड्रील सुरू झालं. मग काळासोबत कवायती अधिकाधिक अवघड बनत गेल्या आणि आता तर काय सांगावं... दिव्यांच्या लखलखाटात, वाद्यमेळाच्या कल्लोळात कमीत कमी कपड्यांत, अत्यंत अवघड कसरती कम नृत्य! सर्वसामान्य माणसाला ते नुसतं पाहूनसुद्धा पाठीत उसण भरल्याचा भास व्हावा.

होळीनृत्य, कोळीनृत्य, आदिवासी नृत्य, लोकनृत्य, स्टेज शो, बागांतली

पळापळी, कॉलेजमधला धांगडधिंगा, गॅदरिंग, स्पेशल आयटम साँग, बार डिस्को, घरगुती समारंभ... अशा बहुविध ठिकाणी अनेकविध कारणांसाठी हे नृत्य कम व्यायाम प्रकार सिनेमात सर्रास असतात.

पूर्वी नायिका 'तसवीर तेरी दिल में' असं म्हणत, स्वत:शीच लाजत मुरडत, फार फार तर एखाद्या सखीशी मनीचं गूज 'शेअर' करत असे, 'छोड दो आँचल जमाना क्या कहेगा', असं म्हणत जमाने से डरत असे... पण काळ बदलला तसा 'खुल्लमखुल्ला प्यार करेंगे' हा धीटपणा रूळू लागला. (पोशाखाला 'आँचल' ही उरला नाही!) आता कुठलाही भाव व्यक्त करायचा असला तरी दणदणाटी संगीत, हिसका-हिसकीच्या अॅक्शनवाली नृत्यं आणि अवतीभवती माना घुमवत, अंगाला हिसडे मारत, अंगात आल्यासारखे नाचणारे एक्स्ट्रॉ!

नृत्यातला 'एक्स्ट्रॉ घोळका' ही फक्त सिनेमातच आढळणारी प्रजाती असावी. नायिका गाँव की गोरी असेल तर हे एक्स्ट्रॉ स्त्री, पुरुष अनुक्रमे घागरे (आणि सोबत घागरीसुद्धा!) आणि धोतर-कुर्तावाले असतात. थोडे जुन्या काळातले पण शहरी असतील तर अनुक्रमे तंग पँट किंवा स्कर्ट आणि झालरीचा शर्ट व बेलबॉटम पँट, केसांचा कोंबडा पाडलेला अशा पेहरावात असतात. जितकं अलीकडं अलीकडं याल तितकी वस्त्रांविषयीची आसक्ती लोप पावत चालल्याचं दिसून येईल. असो... तर आपला विषय असा की, एक्स्ट्रॉ ही फक्त सिनेमातच आढळणारी मनमिळाऊ परोपकारी प्रजाती मुख्यत्वे नायक-नायिकेच्या साहाय्यासाठी सज्ज असते. नायिकेनं नुसतं बोटानं किंवा नजरेनं खुणवायचा अवकाश... लगेच घोळकाभर बाया (फिदीफिदी करत) एकत्र जमून, ती सांगेल त्या कामाला लागतात, प्रत्यक्षात असं शक्य आहे? एकवेळ इतक्या बाया एकत्र येतील, पण त्यांचं एकमत होईल आणि त्यात सुद्धा त्या असं एकीचं नायिकापण 'अॅक्सेप्ट' करून तिची इतकी गोजिरवाणी थट्टा करतील?... नो वे!

नायिकेच्या स्वप्नीचा राजकुमार घोड्यावरून (पाणी पिण्याच्या बहाण्यानं) जवळपास आला, तर मौके की नजाकत ओळखून योग्य वेळी प्रकटण्याचं व त्याहून योग्य वेळी निघून जाण्याचं कसब या प्रजातीकडं असतं. मग सिच्युएशन पनघट पे असो वा आणखी कुठल्या पिकनिक स्पॉटवर, ही प्रजाती इमाने-इतबारे नायक-नायिकेची नृत्यात साथ देत असते. कधी कधी दोन कट्टर विरोधी पक्षांची युती होते, त्या वेळी त्यांच्या कार्यकर्त्यांना काही काळ तरी अवघडल्यासारखं होत असेल ना? आजवर जे विरोधक होते, त्यांच्यासोबत काम करायचं म्हणजे थोडं जड वाटत असेल, पण नायक-नायिकेची (क्षणिक) दुष्मनी संपून ते प्रेमात पडले, की एकेकाळी एकमेकांना पाण्यात पाहणारा त्यांचा हा एक्स्ट्रॉ फौजफाटासुद्धा आपापसात गळ्यात गळे घालतो... चक्क त्यांच्यासुद्धा पटापट जोड्या जमतात!

पूर्वीच्या सिनेमात क्लॅम्पचा दिलखेचक डान्स हे सिनेमाचं आकर्षण असे. हळूहळू नायिकांनी 'क्लॅम्पची ड्यूटी' स्वत:कडंच घेतली. त्यामुळं असा डान्स ही क्लॅम्पची मक्तेदारी न उरता, नायिकाच ही छटाही रंगवू लागल्या. संथ चालीची गाणी, शांत लोकेशनवरची मंदगती दृश्य वेग पकडू लागली आणि ट्विस्ट, रॉक ॲन्ड रोल अशा विदेशी नृत्य-संगीताला आपलंसं करत, त्याला देशी तिखट-मीठ-मसाल्याची जोड देत नाचगाणी बदलत गेली. घागरींची उतरंड, साड्यांचे फडकते ढीग, रंगीबेरगी झेंडे, दुकानभर बांगड्या, टोपल्याभर गजरे, शिवाय डझनावारी तबले-सतारी असली काय काय साधनसामग्रीही नृत्यातला महत्त्वाचा भाग बनत गेली.

'ड्रीम सिक्वेन्स' म्हणजे तर पर्वणीच! स्वप्नदृश्य आणि तेसुद्धा सिनेमातलं म्हटल्यावर बोलायलाच नको. पण काहीही असलं तरी स्वप्नातल्या नृत्यातसुद्धा कवायती आणि एक्स्ट्रॉ लागतातच. विस्तीर्ण गवताळ कुरणात क्षितिजावर ओळीत नाचणारा एक्स्ट्रॉंचा तांडा क्षणार्धात वाळवंटातील एखाद्या भव्य प्रासादाच्या कमानींवर, शिखर-मनोऱ्यांवर, बुरुजांवर कवायती करताना दिसू शकतो. या बाबतीत नायक-नायिका 'थिंक बिग ड्रीम बिग' अनुसरत असतात.

या सगळ्या बदलात... दणदणाटात खडखडाटातही कुठल्याच काळातल्या अगदी मेड फॉर इच अदर असणाऱ्या गाण्यांचा व नृत्यांचा कंटाळा येत नाही किंवा ती विस्मृतीतही जात नाहीत. काही गीतांना, नृत्यांना आपल्या प्रत्येकाच्याच मनात काहीतरी विशिष्ट संदर्भ असतो, त्यासोबत अगदी वैयक्तिक असे नाजूक भावबंध गुंफलेले असतात. त्यामुळंच तर सिनेमा आणि नाचगाण्यांचं जसं पक्कं सूत्र गुंफलेलं आहे तसंच आपलंसुद्धा त्यांच्याशी सूत्र गुंफलेलं आहेच!

◆

मिलना... बिछडना

हिंदी पडद्यावर अगदी जुन्या काळापासून ते आजतागायत चालत आलेला एक रिवाज म्हणजे 'मिलना-बिछडना'! म्हणजे आधी 'बिछडा'यचं... मग 'मिला'यचं नवरा-बायकोची ताटातूट, सख्ख्या भावंडांची ताटातूट, आई-मुलं व बाप यांची ताटातूट, जुळ्या भावंडांची ताटातूट, जिवलग मित्रांची ताटातूट, बचपन के प्रेमियों की ताटातूट... अशी ही विरहमालिका बरीच लांब आहे.

पडद्यावर एखाद्या कुटुंबाचा चांगला सुखाचा संसार सुरू असतो, सगळं कसं गोड... गुळगुळीत... छान छान सुरू असतं, तितक्यात काहीतरी अघटित घडतं, म्हणजे अचानक धरण फुटून गाव पाण्याखाली जातं, भीषण रेल्वे-अपघात होतो, असं काहीतरी घडतं आणि तेच ताटातुटीचं निमित्त ठरतं. (हिंदी सिनेमात रेल्वे अपघात सुद्धा विशिष्ट पद्धतीनंच होतो! म्हणजे... सगळेजण प्रवासाचा आनंद लुटत असतात... गाणी-बिणी म्हणत, खाद्यपदार्थांचं आदान-प्रदान करत, सहप्रवाशांशी उत्तम सूर जुळलेले असतानाच, रेल्वे नदीवरील उंचच्या उंच पुलावर येते... तितक्यात समोरून दुसरी रेल्वे येते... ढ्यॉऽऽऽ... दोन्ही रेल्वेंचा मिळून भयानक आवाज येतो... आणि पुलाच्या मध्यावर या रेल्वे थेट समोरासमोर टक्कर घेतात... निम्मेशिम्मे डबे वेडेवाकडे होऊन लोंबकळतात... प्रचंड हाहा:कार माजतो... समजा, दुसरी रेल्वे समोरून आली नाही, तर पहिली रेल्वे आपल्या मार्गानं गपगुमान निघालेली असतानाच अचानक पूलच कोसळतो!)

एरवी हिंदी सिनेमात वरून विमानातून पडलं तरी कुणाच्या अंगावर एवढासा ओरखडासुद्धा उमटत नाही, पण इथं ताटातूट घडायची (म्हणजे घडवायची) असते ना... त्यामुळं इथं मात्र फट् म्हणता, काहीही घडू शकतं.

सिनेविश्वातलं 'बिछडण्याचं' अगदी पेट्ट ठिकाण... तीर्थक्षेत्रच जणू... म्हणजे कुंभ का मेला. कुंभ का मेला म्हणजे 'अपील' नाही, तिथं जायचं म्हणजे बिछडायचं हे नक्की! आता आलोय एवढ्या लांब, बरं पुन्हा कुंभ का मेला काही रोज रोज नसतो, त्यामुळं बिछडूयाच, असं म्हटल्यासारखं इथं हुकमी चुकामूक व पर्यायानं

टाटातूट अटळ असते.

एरवी मग गावातला साधा मेला सुद्धा बिछडण्याचं निमित्त बनू शकतो. कुठंतरी फिरत्या पाळण्यांकडं नाहीतर बांगड्यांच्या ढिगाकडं नजर लावून बसायचं, जिथं थांबायला सांगितलं असेल तिथून दुसरीकडं जायचं, मग काय, चुकामूक होतेच! बरं, त्यात आणि नियतीच्या अशा विचित्र खेळी सुरू असतात की सगळे वाईट योगायोग त्याच वेळी घडतात आणि काय वाटेल ते करून टाटातूट करतातच!

अशी टाटातूट व्हायची असते तेव्हा रेल्वे आणखी एका अर्थानं निमित्त ठरत असते. म्हणजे रेल्वेचा अपघातच व्हावा लागतो असं नाही बरं का!... आता असं बघा... संबंधित 'बिछड्यांचा' रेल्वेप्रवास सुरू असतो. आई आणि तिची दोन-तीन मुलं असतात. अपरात्री कुठलं तरी स्टेशन येतं. त्यांच्यातल्या कुणाला तरी नेमका त्याच वेळी कंठशोष झालेला असतो पण वॉटरबॅगमध्ये पाण्याचा थेंबही नसतो (वॉटरबॅग मध्ये पाणी नाही हे कळण्यासाठी त्यांना वॉटरबॅग अगदी पूर्ण उलटी करून, झाडून-झटकून पाहावं लागतं.)... मग त्यातली माँ किंवा शक्यतो मोठा मुलगाच (मोठा मुलगा म्हणजे तो छोटाच असतो, पण माँ च्या अपत्यांतला मोठा मुलगा असतो) वॉटरबॅग घेऊन उतरतो. पाणी भरायला धावतो, तितक्यात रेल्वे निघते... क्षणार्धात ती अतिप्रचंड वेग घेते... झाऽलं... झाली चुकामूक... इकडं माँ आक्रंदत असते, तिकडं बेटा जीव खाऊन रेल्वेच्या मागं पळत असतो (तसा तो रेल्वेसोबत पळत असतो, पण काही क्षणातच तो मागं पडतो)... काही उपयोग होत नाही. रेल्वे निघून जाते आणि हा अभागी जीव घाबरून, रडत स्टेशनवर हताशपणे उभा असतो! त्यानंतर त्यांचा पुन्हा संपर्क होतच नाही, अर्थातच, सिनेमाचा 'दी एंड' जवळ येईपर्यंत!

इतकी वर्ष लोटली, इतके अनुभव पाहिले, तरी अमक्या-तमक्या स्टेशनवर रेल्वे किती वेळ थांबते ते कळल्याशिवाय उतरू नये किंवा निदान पाणी पूर्ण संपण्याआधी जागं व्हावं. वॉटरबॅग उलटी करून झटकायची वेळ येईपर्यंत थांबू नये. त्यातून पाणी संपलंच तर थोडा दम धरावा, हे किंवा यासारखं काही कुणीही करत नाही. माँ कलेजे के टुकडे की याद काढत काढत रडत राहते आणि तो 'टुकडा' दर दर की ठोकरे खात जीवनाशी झुंजत राहतो... हे सत्र पुढं 'शेवट गोड' होईपर्यंत सुरू राहतं.

कधी कधी ही बिछडा-बिछडी अगदी 'प्लॅन्ड' असते. म्हणजे जुळ्या मुलांतला एकजण आधीच गायब करणं किंवा माँला तिचं मूल जिवंत नाही असं सांगणं, पण ते प्रत्यक्षात जिवंत असणं... बिछडण्याचे असेही काही प्रकार असतात.

पुढं मग 'मिला'यचे दिवस येतात त्या वेळी या मंडळींना नुसतं एकमेकांकडं पाहूनच 'आत' काहीतरी होतं. शाळा-कॉलेजमधलं कुणी पंधरा-वीस वर्षांनी भेटलं

तर नाव आठवणं सोडाच, चेहरासुद्धा आठवायची पंचाईत असते, पण यांना मात्र लगेच काहीतरी ओळखीची खूण खुणावू लागते. नियती यांना बिछडवण्यासाठी जशा सगळ्या नकारात्मक गोष्टी घडवते, तसंच यांना 'मिलवण्या' साठीसुद्धा योगायोगांचे चमत्कार घडवत राहते. एखादा शब्द, आवाज, जुनापुराणा फोटो, अर्धा फाटका फोटो, ताईत, लॉकेट, बांगडी, बडबडगीत, तीळ, गोंदण... अशा कुठल्याही व कितीही छोट्या 'क्ल्यू' वरून त्यांना 'ओळख' लागते. आखिर खून का रिश्ता होता है ना!

त्यामुळं माँ किंवा बाबूजी 'आपलेच' आहेत हे कळायच्या आधीच मुलांना त्यांच्या ठायी देवत्वाचा साक्षात्कार झालेला असतो, आता फक्त रहस्यभेद व्हायची खोटी असते! अखेर 'राज' खुलं होतं. भूतकाळावरचा पडदा उघडतो, तेव्हा कुठल्यातरी देवळाच्या बाहेर बसलेल्या किंवा भटकत असलेल्या, दाढीच्या जळमटी जंजाळात लपलेल्या दुःखी चेहऱ्याला बिछडा आर्त साद घालतो, ''बाबूजी... मैं आपका अमुक-तमूक!''

त्यावर ते कळकट वेशातले बाबूजी बऱ्याच वेळानं लाईट आल्यानंतर एकदम उजेडात डोळे जसे मिचमिचतात तसे डोळे करत विचारतात, 'कौऽऽन?''

मग ओळख-समारंभ... दुःख-आनंदाचं मिश्रण... भावनांचा महापूर... अखेर शेवट गोड! कधी कधी असले सगळे 'क्ल्यू' जाणीवपूर्वक तयार करून एखाद्याला बनवण्यासाठीसुद्धा बिछडण्याचा उपयोग करून घेतलेला दिसतो, पण असं क्वचितच! कधी कधी या बिछडण्याचासुद्धा कळस होतो... म्हणजे घरातली पाच-सहा माणसं... सगळीच्या सगळी परस्परांपासून बिछडतात... आणि एकेक करत पुन्हा भेटतातही! 'मिरॅकल्स डू हॅपन' वरचा विश्वास दृढ व्हावा असं चित्र हिंदी चित्रपटात सर्रास दिसतं.

असा हा हिंदी चित्रपटातला 'मिलना-बिछडना' रिवाज! कानातल्याची इवलीशी फिरकी हातून निसटावी तितक्या सहज व चटकन् बिछडायचं आणि एखादं पत्र 'रिडायरेक्ट' होत होत, मजल दरमजल करत अनपेक्षितपणे हातात पडावं तसं 'मिलायचं... ही सिनेमा जगतातली एक खासियत म्हणायला हवी.

◆

काळ्या करणीचं काळंकुट्ट पात्र

असं म्हणतात की, जगात दुःख आहेत म्हणून सुखाची किंमत आहे. जगात दुर्गुणांचा धुमाकूळ आहे म्हणून सद्गुण, सद्वर्तन या गोष्टींना सात्त्विक पावित्र्य आहे. त्याच चालीवर असं म्हणायला हरकत नसावी की, चित्रपटात खलनायक आहे म्हणून नायकाचा 'भाव' आहे.

सिनेमात खलनायक हे काळ्या करणीचं काळंकुट्ट पात्र अगदी सुरुवातीच्या काळापासून ते आजतागायत अगदी महत्त्वाची भूमिका पेलत आहे. अगदी जुन्या काळातले खलनायक पाहिले, तर आजच्या तुलनेत ते अगदीच 'सोबर' आणि बाळबोध वाटतात, कधी कधी तर ते खलनायक वाटूच नयेत इतके मवाळ दिसतात. काळाच्या ओघात या 'काळ्या' पात्राचा गेटअप, रंगरूप, कृत्यांची 'रेंज' सगळंच खूप बदलत गेलं आहे, अधिक तीव्र होत गेलं आहे.

पूर्वीच्या सिनेमातला खलनायक बरेचदा सुटाबुटात, चांगल्या सभ्य 'लुक' मध्ये असायचा. कुणाचंतरी अपहरण घडवणं (ते सुद्धा स्वतः नाही, तर कुणाकरवीतरी घडवणं!) आणि नायिकेशी तिच्या मर्जीविरुद्ध लग्नाचा विधिवत घाट घालणं (कुठल्यातरी खंडहरात किंवा पुरान्या हवेलीत) हे त्याचं मुख्य कार्य असे. त्यातसुद्धा नायिका आक्रस्ताळेपणा करत असताना, विरोध करत असताना, पटकन लग्न लावून मोकळं झालं असं नाही. तिथं आणि 'शादी का जोडा' आणि अमकंतमकं करत नटण्यात वेळ घालवायचा, तोवर नायक खरा 'जोडा' घेऊन येतोच! मग, 'मंगलम् भगवान विष्णू' म्हणत असलेल्या भटजीच्या मानेवर पिस्तूल ठेवा, नाहीतर चाकू लावा, मुहूर्त टळतो तो कायमचाच!

हळूहळू या पात्राच्या कार्यकक्षा विस्तारत गेल्या. या पात्राची भाषाही अतिशय उग्र होत गेली. चेहरामोहरा व कृत्ये हिंस्र होत गेली. विटीदांडू खेळावं तितक्या सहजतेनं तो मानवी हस्तपादादी अवयव ठोकून काढू लागला, शीतपेयाच्या बाटलीचं बूच उघडावं तद्वत सहजतेनं मुंडकी उडवू लागला, माणसं कीडा-मुंगीसारखी चिरडू लागला... अवैध धंदे आणि प्रचंड क्रौर्य ही त्याची मुख्य ओळख बनली.

काही खलनायक सभ्यतेच्या बुरख्याआड असतात, तर काही खुले आम खलनायकी करत असतात. कुडदूक... कुडदूक... करत घोड्यावरनं दौडत फिरणार, सदैव डोंगर-कपारींत राहून आसपासच्या खेड्यांना उपद्रव ठरणारी डाकूंची टोळी हा एक सिनेमातला खलनायकी प्रकार असतो. त्यांचा म्होरक्या क्रूरकर्मा असतो व त्याच्यावर पोलिसांनी इनामही लावलेलं असतं. असा हा 'उघड उघड खलनायक'!

कधी कधी हे पात्र 'आस्तिन का साँप' बनून घराच्या मर्यादित परीघात दुसऱ्याच्या इस्टेटीवर टपून कारस्थान करताना दिसतं, तर कधी याच्या महत्त्वाकांक्षेची झेप अखिल विश्वाला व्यापणारी असते... म्हणजे अमकातमका मुल्क बेचिराख करणं, तिथं मनुष्यप्राण्याचं नामोनिशाण मिटवणं अशा त्याच्या हिंस्र कल्पना असतात व तो त्यांच्या अंमलबजावणीसाठी धडपडत असतो.

काही वेळा परिस्थितीनं मजबूर केल्यामुळं वाईट मार्गाला लागलेले अथवा अपरिहार्यपणे काळ्या धंद्यात प्रवेश करावा लागलेले खलनायकही असतात. पण हे काही 'जातिवंत' खलनायक नव्हेत, त्यांचं संधी मिळताच मनपरिवर्तन होतं.

स्वत:ची राक्षसी ऊर्मी पूर्ण करण्यासाठी इतरांना वेठीला धरणाऱ्या या काळ्या वृत्तीची मक्तेदारी फक्त पुरुषांचीच नसते, बायकाही त्यांच्या तोडीस तोड असतात. पडद्यावरचा नायक म्हणजे जसा सकल सद्गुणसंपन्न तसं हे पात्र म्हणजे समस्त अवगुण संपन्न! नीती-अनितीची चाड नाही. चारित्र्य नाही. 'भगवान से तो डर' अशी कुणी भीती घातली तरी त्याचंसुद्धा भय नाही. दयामाया नाही. असं हे विलक्षण व्यक्तिमत्त्व! कुणाच्या मनात तर कुणाच्या खाद्य-पेयांत विष कालव, कुणाला फसवून स्वत:चा फायदा साध असल्या काळ्या कारवायांबरोबरच या पात्राचे इतर व्यापही मोठे असतात, म्हणजे-वखवखलेल्या शिकारी कुत्र्यांची फौज पाळणं, ॲसिडचे टँक बांधून घेणं, पाण्याच्या तलावात मगरी पाळून त्यांना उपाशी ठेवून हिंस्र बनवणं, दैत्यासमान देहाची व निर्बुद्ध चेहऱ्याची माणसं पोसून ती पदरी बाळगणं, सरकते दरवाजे, पिंजरे, तलवार ते एके-४७ पर्यंत सगळी शस्त्रसंपदा सज्ज ठेवणं, वाहनांचा ताफा बाळगणं, अख्ख्या माणसाला बांधण्यासाठी काढण्या तयार ठेवणं. लुकलुकत्या दिव्यांचे पिकपिक करणारे बोर्ड्स् करून घेऊन त्यायोगे निरनिराळ्या करामती घडवणं... असले यांचे काय काय व्याप असतात आणि या सगळ्याचा 'मेंटेनन्स' तरी केवढा! शिवाय कोण केव्हा कुठं जातं, कुणाचा 'वीक पॉईंट' कुठला, वगैरे वगैरे... यांची माहिती-यंत्रणा केवढी जबरदस्त असते!

जिस थाली में खाणं उसीमें छेद करणं, माता-भगिनीसमान स्त्री पात्रांकडं वाईटच नजरेनं पाहणं, सभ्य न समजले जाणारे शौक 'पाळणं', बेकायदेशीर कृत्यं करणं आणि काहीही करून नायक-नायिकेच्या कुटुंबियांना त्रास देणं, असं या पात्राचं उपद्रवमूल्य भयंकर असतं.

पण एकूणच बघा हं, या पात्राच्या नशिबी यश मात्र नसतं. म्हणजे काही काळ त्याची फत्ते झाल्यासारखं वाटतं. "चिऽऽअऽऽर्स!" असं म्हणून मद्याचे फेसाळते चषक उंचावत सगळी खलनायकी टोळी चेकाळून नाचतेसुद्धा पण त्यांच्या बाबतीत हे सुखाचे बुडबुडे फार काळ टिकत नाहीत. इमानदारीनं बेइमानी करणाऱ्या या पात्रांच्या कुंडलीत नायक नावाचा शनी आणि त्याच्यासारखीच मूल्यं-निष्ठा-तत्त्वं असली त्रिसूत्री मानणाऱ्या राहू-केतूंची युती होते आणि इमाने-इतबारे अवैध उद्योग करणाऱ्या या पात्राच्या शिरावर कानून की तलवार लटकू लागते. मग कुणीही चिडेलच ना? तरी या पात्राचं व्यवहारकौशल्य फार चांगलं असतं. त्यामुळं तो नायकाकडं 'मांडवली'चे प्रस्तावसुद्धा पाठवतो, पण नायकच 'सामोपचारानं (!)' घ्यायला तयार नाही म्हटल्यावर खलनायकानं तरी काय करायचं? असा सगळा 'बना बनाया खेल' डोळ्यादेखत कोण बरं उधळून देईल? त्यामुळं त्याला 'रास्ते का पत्थर' हटवण्याचे मार्ग शोधावेच लागतात.

खलनायक हे पात्र कितीही श्रीमंत, कर्तबगार, रुबाबदार असलं तरी नायिका फिदा होते ती परिस्थितीतनं दळभद्री असलेल्या नायकावर! खलनायक हे पात्र कितीही बलदंड शरीरयष्टीचं असलं, मारामाऱ्यांच्या विविध प्रकारांत पारंगत असलं तरी सरशी होते ती नायकाची! खलनायकानं केवढी का मोठी भाडोत्री फौज जमा केली तरी नायक त्यांना कचकड्याच्या खेळण्यांसारखं सहज मोडून-मुरगाळून टाकतो! खलनायक या पात्रानं कितीही सावधपणे प्लॅन आखला तरी त्यानं तोंडघशी पडणं अटळ असतं! असं हे पैसा, सत्ता, प्रसिद्धी, दहशत, ताकद, कर्तृत्व अशा समस्त आघाड्यांवर समृद्ध असणारं पण मात आणि मार खाण्यासाठीच असणारं खलनायकाचं पात्र अगदी शस्त्रं टाकून, घायाळ होऊन टाचा खुडायची वेळ आली तरी अखेरच्या श्वासापर्यंत चिवट झुंज देतं. नायकाला पार जेरीला आणून मगच हे पात्र मान टाकतं आणि नायकाच्या सुखी जीवनाचा रस्ता मोकळा होतो. असं हे नायकाचं नायकत्व सिद्ध करण्यासाठी अत्यावश्यक असणारं काळ्या करणीचं काळंकुट्ट पात्र सिनेमात असणं 'मस्ट' असतं!

◆

"माँ, मै बी.ए. पास हो गया...!"

आपल्या हिंदी चित्रपटातल्या नायक-नायिकांकडे व त्यांच्या एकंदर उद्योगांकडे पाहिलं, तर ही मंडळी अभ्यास वगैरे करत असतील असं वाटत नाही. मात्र ते नायक-नायिका असल्यानं त्यांचं शैक्षणिक करियर उत्तम असणार हे धरूनच चालायचं! मग त्यांनी अभ्यास कधी केला, असले प्रश्न आपण पाडून घ्यायचे नाहीत.

जुने चित्रपट पाहा, त्यातले नायक कॉलेजला जाताना दिसायचे. पुढं मग घरच्याच उद्योगात रुजू व्हायचे तर कधी नोकरीत लक्षणीय कामगिरी बजावताना दिसायचे. क्वचित कुणी विलायतेला जाऊन यायचा, पण तिथं काय शिकून आला याचा नेमका उल्लेख नसायचा. नायिका लग्न होईपर्यंत कॉलेजला जायचं अशा छापाच्या असत आणि नायक बी.ए.पास होण्याचा भोज्जा शिवण्याच्या प्रतिक्षेत असायचा, तेव्हा या प्रकारचं दृष्य हमखास असायचं :

नवऱ्याच्या मागं खस्ता काढत मुलाला वाढवणारी माँ मशिनवर कपडे शिवत असते किंवा स्वयंपाकघरात काहीतरी खुडबुड करत असते... तितक्यात चांगला धगुरडा दिसणारा नायक, कॉलेज तरुणाच्या उत्साहानं सळसळत धावतपळत येतो आणि तिला उचलून घेऊन गरागरा फिरवतो... आणि "माँ, मै बी.ए.पास हो गया...!" ही (आंतरराष्ट्रीय महत्त्वाची असावी तशा थाटात) बातमी देतो... मग माँ कृतकृत्य... "आज तुम्हारे बाबूजी होते तो..." वगैरे सगळं यथासांग पार पडतं... देवापुढं दिवा लावून त्याचेही आभार मानले जातात... मूँह मीठा होतं... अवघ्या जीवनाचं सार्थक होतं... अशा प्रकारे नायकाची बी.ए.कहाणी सुफळ संपूर्ण होत असे.

तेव्हा बी.ए. झालेल्या नायकाला चक्क चांगली नोकरी मिळत असावी. पुढं पुढं ही परिस्थिती बदलत गेली. मग नायक तळपत्या उन्हात, घामाच्या धारांनी निथळत, टाय लावून, 'नो व्हेकन्सी' चे बोर्ड बघत पायपीट करू लागला. त्याची डिग्री कितीही 'गुणाची' असली तरी ती कुचकामी ठरत असल्याचं पाहून हताश होऊ लागला. कधी त्याची योग्यता पारखून त्याला नोकरी मिळायची शक्यता निर्माण

झाली, तर तितक्यात 'वरून' कुणाचीतरी 'सिफारिस' आली की, त्याच्या तोंडचा घास जातो... मग पुन्हा पायपीट! कधी कधी मात्र या हरहुन्नरी तरुणाला मोठ्या ऑफिसात नोकरी आणि त्यापाठोपाठ बॉसची छोकरी असा 'डबल धमाका' लागतो! या बॉसचेसुद्धा इतके 'कॉन्टॅक्ट्स्' असतात, एवढा प्रचंड कार्यविस्तार असतो; पण अखिल दुनियेत नायकाइतका विश्वासू व कर्तबगार माणूस त्याला आढळत नाही.

बदलत्या काळानुसार 'बी.ए.माहात्म्य' कमी होत गेले. सधन घरातला एकुलता एक लाडका सुपुत्र असणारा नायक अमेरिका, इंग्लंड यांसारख्या प्रगत देशांत मॅनेजमेंट किंवा तत्सम... चालू जमान्यात भाव असलेला अभ्यासक्रम पूर्ण करू लागला. नायिकाही डॉक्टर, इंजिनिअर, इंटिरियर डिझायनर अशा 'करियरिस्ट' दिसू लागल्या.

या दुनियेतली माणसं शिकू देत काहीही, पण त्यांची कुवत मात्र असामान्य असते हं! म्हणजे हेच बघा ना, डॉक्टरी पास झालं रे झालं की, हे लगेच मोठमोठ्या हॉस्पिटल्समधल्या अवघड शस्त्रक्रिया हाताळू लागतात... त्यासाठी अनुभव वगैरे काही आवश्यकता नसते. इंजिनिअर झालेल्या नायकांचंसुद्धा तसंच... पास झाला रे झाला, की थेट धरणाच्या कामावर नियुक्ती! अगदीच धरणाचं काम सुरू नसलं तर मग प्रचंड मोठ्या बांधकाम प्रकल्पावर! आहे ना कमाल? खऱ्या इंजिनिअरला पास झाल्या झाल्या प्लॅन नीट वाचतासुद्धा येणार नाही एकवेळ... पण हिंदी सिनेमात मात्र पास झाल्या झाल्या धरणासारख्या मोठ्या व जबाबदारीच्या 'प्रोजेक्ट' ची धुरा खांद्यावर... त्यातसुद्धा तो तिथं 'सर्व्हे' चं महत्त्वपूर्ण काम करत असतो. तिथं त्याला प्लॅनबरहुकूम काम करणं, एस्टिमेट, सिमेंट-सळी, मजूर एवढाच व्याप नसतो बरं! गावातले गुंड, काळाबाजारात हात असणारे मुकादम यांच्याशीही दोन हात करायचे असतात, शिवाय 'गाँव की गोरी' नायिकाही त्याला इथंच भेटणार असते. असा ही मजुरांचा कळवळा असणारा, सत्शील, कर्तबगार इंजिनिअर बाबू सगळ्या दुष्ट शक्तींना पुरून उरत, गावात भलताच लोकप्रिय होतो.

'अॅक्शन पॅक्ड' चित्रपटांतले नायक पोलिस दलातले उच्चपदस्थ असतात. त्यांच्याजवळ त्यासाठी आवश्यक ती शैक्षणिक पात्रता आहे असं गृहितच धरायचं.

चित्रपटातला आणखी एक आवडता शिक्षणप्रकार म्हणजे वकिली. त्यांचंसुद्धा डॉक्टर-इंजिनिअरसारखंच असतं, म्हणजे तेही वकील झाल्या-झाल्या लगेच एखादी किचकट, गुंतागुंतीची केस चुटकीसरशी सोडवतात. मातब्बर, अनुभवी, 'सिनिअर' वकिलाला धूळ चारून ही केस जिंकून इतिहास घडवतात.

कधीकाळी वकील झालेली, पण अनेक वर्षे वकिलीचा 'टच' सुटलेली नायिकासुद्धा अकस्मात काळा कोट चढवून उभी राहते (म्हणजे केस लढवण्यासाठी

उभी राहते!) आणि 'खानदान की इज्जत' वाचवण्यासाठी आपलं वकिली कौशल्य पणाला लावते. सर्वसामान्य माणसाच्या बाबतीत बघा, चार दिवस पेनाला हात लावला नाही तर पाचव्या दिवशी हात चालत नाही, मग बाकीच्या गोष्टी तर दूरच... पण यांचं तसं नसतं. यांचा असा 'टच' सुटत नाही, कधीही कुठंही काही अडत नाही, नडत नाही, तटत नाही.

अस हे सगळं अद्भुत, अपूर्वाईचं आणि हवंहवंसं वाटणारं असतं, म्हणून तर आपण वर्षानुवर्ष हे सगळं पडद्यावर नजर लावून पाहतोय, होय ना?

◆

फिल्मी नायिकांचे पोशाख : एक चिंतन

कृष्णधवल चित्रपटांचा जमाना होता, त्यावेळी पडद्यावर छाया-प्रकाशाची अद्भुत करामत दाखवणाऱ्या 'फ्रेम्स' असत. त्यामध्ये नायिकेच्या चेहऱ्याभोवती कुरळ्या बटांची (त्याला 'लटे' म्हणतात नाही का!) महिरप आणि त्या जोडीनं छाया-प्रकाशाचा विलक्षण मेळ घडवणारं सुभग दर्शन असे. त्यामध्ये कपड्यांचं सौंदर्य म्हणजे रंग-डिझाईन वगैरे फारसं खुलून दिसायचा प्रश्न नव्हता, पण जे काही कपडे असत ते अंगभर असत एवढं नक्की. 'पाकिजा'तला फेमस ड्रेस असो, 'मधुमती'ची घागरा-चोली असो, 'सुजाता'मधलं साध्या साडीतलं साधं रूप असो की, नृत्याचे खास पोशाख असोत, एक महत्त्वाची गोष्ट लक्षात येते, ती म्हणजे हे पोशाख (चक्क!) अंगभर असत. (तरी बरं, आत्ता सगळे जुने चित्रपट उपलब्ध आहेत, नाहीतर आत्ताची पिढी अंगभर पोशाख वगैरे ऐकून 'काय बाता लावताय!' असं म्हणून हसली असती.)

ज्या काळात सिंथेटिक कापड सर्वसामान्य वापरात फारसं प्रचलित नव्हतं तेव्हा सिनेमात मात्र अशा कापडांचे तलम पोशाख होते, शिवाय नाजूक कलाकुसर, पारंपरिक नमुन्यांचे, जरतारी, शोभीवंत पोशाख कितीतरी जुन्या काळापासून आजतागायत चालत आलेले दिसतात.

जुन्या चित्रपटांत स्कर्ट किंवा शर्ट-पँट वा तत्सम ड्रेस परिधान केलेल्या नायिका क्वचितच दिसत. मुख्यत्वे साडी किंवा पंजाबी ड्रेस हाच मुख्य पोशाख (मुख्य अन्न च्या चालीवर) दिसे. भरपूर घेराचे घागरे, त्यावर लांब बाह्यांचा ब्लाऊज आणि डोक्यावर (तंबू उभारावा तशा स्टाईलमध्ये घेतलेली) ओढणी हा एक पोशाखाचा नमुना पाहायला मिळत असे.

मात्र, अगदी जुन्या काळापासून आजअखेर हिंदी पडद्यावर साडीचं स्थान अबाधित आहे असं दिसतं. अगदी आत्तासुद्धा नायिका एरवी कितीही अल्पवस्त्रांकिता असली तरी संपूर्ण चित्रपटात तिला एकदा तरी (ऑट लिस्ट ओलंचिंब भिजण्याच्या दृष्यात का होईना) साडी असतेच. कधी कॉलेजला, काही समारंभाच्या निमित्तानं, लग्नकार्यांत... अशा वेगवेगळ्या निमित्तानं नायिका साडीत दिसतात, त्यासुद्धा

गोल-पाचवारी, नऊवारी, कोळी, गुजराती, बंगाली अशा वैविध्यपूर्ण प्रकारात.

फॅशनचा प्रवास आखूड ते लांब या 'रेंज' मध्ये क्रमाक्रमानं होताना दिसतो. (यापेक्षा वेगळं काय करणार?) त्यामुळं स्लीव्हलेस, मेगॅस्लीव्हज, रेग्युलर, कोपरापर्यंत, श्री फोर्थ आणि पूर्ण लांब म्हणजेच फुल या 'रेंज' मध्ये कपड्यांच्या बाह्या पाहायला मिळतात. तसंच पायघोळ, गुडघ्याखाली, गुडघ्यापर्यंत, गुडघ्याच्या वर... मग मिनी, त्यानंतर मायक्रो अशी कपड्यांच्या लांबीची 'रेंज' पाहायला मिळू लागली. गळ्याच्या बाबतीतही तसंच आहे. बंद गळ्यापासून ते लो-कट किंवा कपड्याला गळा हा अवयवच नाही, असा प्रवास घडला.

मधल्या काही काळात नायिकांना इतके तंग पोशाख दिसतात, की ते पाहिल्यावर हे कपडे डायरेक्ट अंगावरच शिवतात की काय, अशी शंका आल्यावाचून राहत नाही. असे इतके तंग कपडे घालून त्या तळ्याकाठी बागडणं, झाडांभोवती पाठशिवणी खेळणं अशा हालचाली कशा काय करत होत्या कोण जाणे! आणि त्यात हे पोशाख टरकून फाटत नव्हते हेही विलक्षण आश्चर्यच म्हणायचं!

काही वर्षांपूर्वी आत्ताइतकं 'स्लिम ब्यूटी'चं खूळ नव्हतं, त्यामुळं नायिका 'मजबूत' देहयष्टीच्या असत. (आमच्या एक 'वजनदार' काकू अशा देहयष्टीला 'खात्या-पित्या घरच्या' असल्याचं आणि 'पाप्याचं पितर' किंवा 'काठीला फडकं' असल्याचं प्रशस्तीपत्र देतात, वर आणि 'काय उपयोग असल्या मरतुकड्यांचा नुसतं सांगाड्यावर कातडं! असा ठसकेबाज आहेरही देतात!)

'फॉर्म'च्या मूलभूत संकल्पनेतच आमूलाग्र बदल घडला, त्यासोबत पोशाखांतही... त्यामुळं चापूनचोपून नेसलेली, मॅचिंग स्लीव्हलेस ब्लाऊज, गळाभर झगमगतं नेकलेस, झुमकेदार कानातलं आणि डोक्यावर उंचच उंच घरटं बांधल्यासारखी केशरचना हे आधुनिक नायिकेचं रूप बदलून ती बरंच वजन घटवून 'वेस्टर्न कॅज्युअल्स' परिधान करून तोकडा केशसंभार सांभाळताना (त्यालाच बोली भाषेत 'केस गळ्यात घेऊन' म्हणतात!) दिसू लागली. हळूहळू ती डोक्यावरची सालंकृत घरटी इतिहासजमा झाली. अंबाड्यांनंही गाशा गुंडाळला. पेडाची वेणी स्वत:हून निघून गेली. जीन्स-टी शर्ट या पोशाखातसुद्धा टी-शर्टची लांबी आखूड होत गेली आणि बाह्यांचा पत्ता कट झाला. चांगल्या भारीभारी पोशाखांचीसुद्धा लक्तरं फाडल्याशिवाय किंवा त्याच्या झिरमुळ्या करून सोडल्याशिवाय ती आधुनिक वाटेनाशी झाली. त्या जोडीनं कधी पोशाखाच्या पाठीवर मोठा गोल कापलेला, कधी नुसतेच बंध असली कलात्मकता दिसू लागली. पूर्वीच्या सिनेमात हा 'मान' व्हॅम्पचा असे. तोकडे, उघडे व फाटके (म्हणजे मुद्दाम फाडलेले!) कपडे ही तिची मक्तेदारी असे; पण जशी इतर अनेक उद्योगांवर संकटं आली, तसा तिच्या या मक्तेदारीवरही घाला पडला. (हा जागतिकीकरणाचा परिणाम तर नसेल? चर्चेला तेवढाच एक विषय!) आता

नायिकाच झिरमिळ्यांच्या पारदर्शक पोशाखात किंवा (अंगावर शिवल्यासारख्या) तलम गाऊनमध्ये असते... घेरदार घागरो लफ्फेदार चुनरी वगैरे विसराच! 'डिझायनर वेअर' बद्दल तर आपल्यासारख्या पामरांनी काय बोलावं? यातसुद्धा गुडघ्यापर्यंतच्या उंचीचे बूट चालतात, पण गुडघ्यापर्यंतचे कपडे मात्र चालत नाहीत!

पूर्वीच्या काळच्या तुलनेत आजच्या पोशाखात वैविध्य (खरं तर वैचित्र्य) जास्त आहे, पण जुन्या काळची काही ड्रेपरी आजही तितकीच मोहक वाटते, केवळ 'कॉश्श्यूम ड्रामा' तच नव्हे तर इतर चित्रपटांतही.

काळासोबत महागाई वाढली तशी सर्वच बाबतीत काटकसर ही गरज... नव्हे निकड बनली. तसंच चित्रपटांत नायिकेच्या कपड्यांबाबत म्हणावं लागेल. आणि या 'काटकसरी'तही केवढी स्पर्धा आहे. शिवाय टू-पीस बिकीनी ते चांगला हातभर घुंघट ओढून नेसलेली साडी या विस्तृत 'रेंज' मध्ये तिला 'अष्टपैलूत्व' सिद्ध करायचं असतं. एकूण काय... दिवसेंदिवस या काटकसरीची तीव्रता वाढत निघालीय एवढं खरं!

◆

आग ही आग

वास्तव जीवनामध्ये आपलं एखाद्या माणसाबद्दल प्रथमदर्शनी किंवा थोड्याफार परिचयानंतर जे मत बनतं, ते पुढं त्याहून अधिक चांगलं बनलं असं क्वचितच घडतं... हां... त्याच्या उलट मात्र बरेचदा घडतं! मात्र, रुपेरी पडद्यावरच्या नायक-नायिकांच्या बाबतीत 'लव्ह ॲट फर्स्ट साईट' जितके वेळा (म्हणजे जितक्या सिनेमात!) घडत असेल, त्यापेक्षा जास्त वेळा पहिल्या भेटीत दुश्मनीची चकमक झडलेली दिसते.

वर्दळीचा रस्ता... नायक (अर्थातच सरळमार्गी) सरळ मार्गाने नाकासमोर बघून निघालेला... तितक्यात एखादी दिमाखदार, इंपोर्टेड कार बेदरकारपणे, वाऱ्याच्या वेगानं येते आणि एखाद्या गरीब, गालफडं बसलेल्या, अशक्त पादचाऱ्याला किंवा इमानेइतबारे कष्ट करणाऱ्या हातगाडीवाल्याला किंवा एखाद्या असहाय वृद्धेला ठोकरून तशीच उर्मटपणे पुढं जाते... रस्त्यावरचे सारेचजण चुकचुकतात... पण ते फक्त चुकचुकून गप्प बसतात. आपल्याला काय करायचंय, आपला काय संबंध अशा विचारानं आणि कशाला नस्तं झेंगट मागं लावून घ्या अशा अंत:प्रेरणेनं गर्दी पांगू लागते... पण तडफदार नायक चवताळून उठतो, त्याच्या मस्तकात तिडीक जाते आणि तो कोटीच्या कोटी उड्डाणे घेत त्या गाडीच्या दिशेनं झेपावतो. गाडी कच्चकन् ब्रेक लावून थांबते. गाडीतली श्रीमंतीचा माज असणारी, देखणी, आधुनिक, उर्मट तरुणी उर्फ नायिका केसांचं टोपलं उडवत, डोळे गरागर फिरवत एखादी शेलकी इंग्रजी शिवी हासडते आणि गाडीतून उतरून, मस्तीनं गाडीचं दार आपटून बंद करत तावातावानं नायकासमोर येऊन उभी ठाकते. 'मारली ठोकर तर मारली ठोकर, तुला काय करायचाय चोंबडेपणा, तुझा काय संबंध?... आणि या भिकारड्यांनी तरी वाटेत आडवं का याव?...' असे भाव तिच्या चेहऱ्यावर स्पष्ट वाचता येत असतात, त्यातले काही भाव ती कडक शब्दांत व्यक्तही करते; पण नायक तिला चांगलं खरमरीत सुनावतो, शिवाय संबंधित व्यक्तीला नुकसानभरपाई द्यायला लावून माफीही मागायला लावतो. इथंसुद्धा गर्दी जमलेली असतेच. अखेर, नायिकेला अपमान (!) सोसून माघार घ्यावी लागते... आणि इथंच (प्रेमाआधीच्या) दुश्मनी

नाट्याची पहिली ठिणगी पडते!

हिंदी सिनेमात अशा टाईपच्या 'ठिणग्या' बरेचदा पडल्या आहेत. त्यात बरेचदा, श्रीमंत व उन्मत्त नायिकेची मिजास जिरवणं आणि गरीबांनाही जगण्याचा हक्क, मान, आत्मसन्मान या गोष्टी असतात, याची तिला जाणीव करून देणं, हा उदात्त हेतू असतो. त्यातून बरीच नाट्यं घडतात, पण शेवट गोडच होतो... म्हणजे प्रेमाचं बी अखेर रुजतंच! मात्र, वळवाच्या सरी कोसळण्याआधी प्रचंड उकडावं तसं प्रेमाचा पाऊस सुरू होण्याआधी दुष्मनीच्या बऱ्याच झळा सोसाव्या लागतात.

नायक परिस्थितीनं म्हणजे ऐहिक अर्थानं गरीब असला तरी मनानं श्रीमंत, शिवाय स्वाभिमानी, सकलगुणसंपन्न आणि कर्तबगार. नायिका मात्र श्रीमंतीच्या तोऱ्यात... कधी मालकाच्या मुलीच्या रूपात, कधी स्वत:च मालकीण तर कधी खलनायकाच्या मुलीच्या भूमिकेत. जेव्हा असा व्यावहारिक फरक नसतो, तेव्हा फक्त 'अहं' ची टक्कर होते. म्हणजे नायक-नायिका प्रतिस्पर्धी कॉलेजचे विद्यार्थी किंवा एकाच कॉलेजमध्ये पण परस्परविरोधी गटातले सदस्य... अशा प्रकारे चकमक घडायला वेगवेगळी निमित्तं मिळत असतात आणि मग एकमेकांवर कुरघोड्या करण्यासाठी हे दोघं कुठल्याही थराला जातात.

कधी नायक श्रीमंत 'शहरीबाबू' असतो आणि नायिका लहान खेड्यातली, गरीबाघरची पण 'अति-एनर्जेटिक' गाँव की गोरी असते. नायक प्रवासात असतो, एकटाच! वाटेत त्याच्या गाडीला तहान लागते म्हणून ती वाफांचे सुस्कारे सोडत आचके देऊ लागते. नायकाला थांबावंच लागतं. गाडीलासुद्धा अगदी निबिड अरण्य, निर्मनुष्य रस्ता अशी 'सिच्युएशन' आल्याशिवाय तहान लागत नसते! गाडीची ही खोड(!) ठाऊक असूनही नायक बेसावध का असतो कोण जाणे! प्रवासाला निघताना कध्धी म्हणून पाणी बरोबर नाही! असो, तर असा हा नायक ऑईलचा रिकामा डबा घेऊन पाण्याच्या शोधार्थ निघतो. इकडं नायिका दोन वेण्या उडवत, (शक्यतो घागरेवाली!) कुणाच्या शेतातल्या कैऱ्या चोर, पेरू लांबव असला वयाला न शोभणारा पोरकटपणा करत गावातल्या पोराटोरांसमवेत कुठंतरी झाडावर चढून बसलेली असते, ती माकडासारखी उडी मारून त्याच्यासमोर टपकते. मग सगळे मिळून त्याची टर उडवतात, त्याला पळवून लावतात, फिदिफिदी हसत त्याची फजिती 'एन्जॉय' करतात.

आता असं सगळं घडल्यावर पुन्हा कुणी त्या माणसाच्या फंदात पडेल का? किंवा त्या व्यक्तीविषयी 'पाहून घेईन' अशी भावना निर्माण न होता, उलट तिच्याविषयी 'सॉफ्ट कॉर्नर' निर्माण झाला असं होईल का? प्रत्यक्षात असं होण्याची शक्यता धूसर असली तरी सिनेमात मात्र नेमकं तेच आणि तसंच घडतं... अगदी तसंच! नायकाला असल्या नायिकेतलं निरागसपण भुलवतं; उर्मट नायिकेला

असल्या तडफदार नायकाच्या सुसंस्कारी मनाची भुरळ पडू लागते. त्याच्या सचोटीचा साक्षात्कार घडू लागतो, त्याची कर्तबगारी मोहवू लागते... मग काय... या तडतडणाऱ्या, क्षुब्ध ठिणग्यांची तलम-मुलायम मखमली फुलं कधी बनतात ते त्यांचं त्यांनाही कळत नाही.   नायकालासुद्धा उद्दाम, उर्मट, उन्मत्त, श्रीमंतीची मस्ती असणाऱ्या, अतिलाडानं बिघडलेल्या नायिकेत निष्पाप कोमलता दिसू लागते. (बिन माँ की बच्ची... तिला कोण शिकवणार, संस्कार-बिंस्कार... आपल्या घरी आली की शिकेल असा 'मॅच्युअर' व्यवहारी विचारही त्याच्या मनात डोकावतो!)

या जोडीनं, क्षणार्धात मतपरिवर्तन घडवणारे काही प्रसंग घडतात, म्हणजे, नायक जान की बाजी लगाकर नायिकेला आगीतून, बुडताना किंवा उंचच उंच कड्यावरून कोसळताना वाचवतो, गुंडांच्या तावडीतून तिची सुटका करतो, तिला एखाद्या 'मित्रा' चं खरं रूप दाखवून देतो, वगैरे वगैरे, नायकालाही तिच्या सत्शील, संवेदनक्षम, निरागस मनाची व कोमल अंतःकरणाची महती सांगणारं काहीबाही घडतं आणि दुष्मनीचा व गैरसमजाचा चांगला गोणपाटी जाड पडदा क्षणार्धात गळून पडतो. अशा प्रसंगी, म्हणजे सगळी दुष्मनी वगैरे बाजूला सारून माणुसकीचे झरे पाझरून झाले की, नायक मानभावीपणे तिथून निघतो... ती थांब म्हणतेय का याची वाट पाहिल्यासारखा तिथून जाऊ लागतो... मंद मंद पावलं टाकत! या खेपेला तीही त्याला तोंडघशी न पाडता त्याच्या अपेक्षेप्रमाणे व इच्छेप्रमाणेच वागते.

एकदा का ही दुष्मनीची ठिणगी विझली, की मग काय पुसता! प्रेमची चटणी प्रेमची भाकर! शिवाय या 'प्रेमाला' आधीची इतकी धुमसती पार्श्वभूमी असल्यामुळं, या गोडम् गोड मिष्ट प्रेमाला 'लॉस्ट शीप' सारखं अधिकच महत्त्व येतं! फिल्मी जगतातला प्रेमप्रवास हा बरेचदा अशा काटेरी मार्गावरून होताना दिसतो. आधी परिचय होतो तोच गारगोट्यांची टक्कर व्हावी तसा!... त्यातून ठिणग्याच तडतडतात... मग दोघांतून विस्तव जाईनासा होतो... मग ही आग रौद्ररूप धारण करून 'क्लायमॅक्स' गाठते... त्यानंतर अकस्मात चित्र पालटतं आणि 'दोनों तरफ आग बराबर लगी' अशी अवस्था... आणि त्यानंतर 'दरियाँ है आग का और डूब के जाना है' ही 'मंजिल'! एकूण काय... आग ही आग... आधी दुष्मनीची आणि मग उतू जाणाऱ्या प्रेमाची!!

◆

शुभास्ते पंथानः सन्तु

स्थळ : रेल्वेचा डबा... सगळीकडं गर्दी-लगबग... नेहमीची कचकच... प्रवासी वातावरण... रेल्वे कुठल्याशा स्थानकावर येते... खिडकीशेजारी बसून शून्यात पाहणाऱ्या (शून्यातच पाहायचं तर खिडकीशेजारची जागा कशाला अडवायची?... पण नाही... खिडकी सोडायची नाही!) भकास चेहऱ्याला कुणीतरी प्रश्न करतं, ''ट्रेन कहाँ जा रही है?'' किंवा ''तुम कहाँ जा रहे हो?'' त्यावर ती हरल्या, हरवल्या, उद्विग्न चेहऱ्याची व्यक्ती शून्यातली नजर न काढता पुटपुटते, ''मालूम नहीं...'' विचारणारा माणूस ''काय पण अजब नमुना आहे!'' असं काहीतरी पुटपुटत किंवा तत्सम भाव चेहऱ्यावर आणतो व निघून जातो. आपले हे भकास महोदय पुन्हा शून्यात मग्न!

हे किंवा अशा प्रकारचं दृश्य हिंदी सिनेमात काही नवं नाही. कहाँ से आया है!... मालूम नहीं... कहाँ जाना है!... पता नहीं, असले 'हरवे' हिंदी चित्रपटात बरेचदा प्रवास करत असतात, टीसीसुद्धा त्यांच्यापुढं हात टेकतात!

मला एक प्रश्न नेहमी सतावतो, तो म्हणजे सिनेमातल्या या सगळ्या मंडळींना रेल्वेत असो नाहीतर बसमध्ये, नेमकी खिडकी शेजारची सोयीस्कर जागाच कशी काय मिळते? असं कधी पाहिल्याचं आठवतंय का बघा, की... नायक किंवा नायिका अगदी रेटारेटीत श्वास कोंडून उभे आहेत किंवा त्यांना सीटवर फक्त टेकण्यापुरती जागा कशीबशी मिळाली आहे किंवा ते संडासाबाहेर नाक दाबून उभे राहून प्रवास करतायत... नेव्हर! (समजा ते कधी रेटारेटीत दिसलेच तर तिथंसुद्धा ते स्टायलीश ऐटीतच ऐसपैस उभे असतात!) फिल्मी नायक-नायिकेच्या पायात स्वतःच्या किंवा सहप्रवाशाच्या चित्रविचित्र आकारांच्या व वासांच्या सामानाचे डाग आहेत, असं पाहिलेलं आठवतंय? छेऽऽ! त्यांच्यासाठी सदैव खिडकीजवळची जागा राखीव असते. त्यांना रिझर्वेशन मिळालं नाही. त्यांना रिझर्वेशनच्या रांगेत ताटकळावं लागलंय, वर आणखी 'वेटिंग'ची टांगती तलवार आहेच, असले त्रास यांच्या राशीला कधीच नसतात. आयुष्यात सतत खात राहणं हे एकमात्र जीवनध्येय

प्रवासातसुद्धा कसोशीनं पाळणारे अगडबंब सहप्रवासी यांच्या नशीबाला लागलेले नसतात. नायक-नायिकाच काय पण माँजी-बाबूजी कुणीही असलं तरी त्यांची खिडकी अगदी 'फिक्स' असते. शिवाय यांचे सहप्रवासी अगदी दृष्ट लागावे असे, 'बहनजी' करून अदबीनं वागणारे! नाहीतर आपण आहोतच, मोठ्या मिनतवारीनं कधी खिडकीजवळची जागा मिळालीच तर तिथं एखादं ज्ञानपिपासू अतिचौकस कारटं आपले पाय तुडवत हजर. मग प्रश्नांची फैर... "मम्मी ऽ ते काय आहे!... ट्रेन कुठं जाती?... मग परत कधी येती?... का येती?... पानी कुठनं आलं?... ते काय आहे?... असे एकसूरी प्रश्न विचारणारा तो बाल शंकासूर झोपला तरच आपल्याला डोळे मिटून विसावण्याचं भाग्य लाभण्याची शक्यता असते.

समजा, देवघरच्या त्या ज्ञानपिपासू फुलानं आपली मुक्तता केलीच, तर तोंडातले पान-तंबाखूचे तोबरे खिडकीतून बाहेर रिकामे करणारे 'पिंके' असतातच कसर भरून काढायला! पण सिनेमातल्या मंडळींचा प्रवास मात्र खरोखर हवेशीर आणि मस्त सुखाचा होतो.

त्यांच्या कुंडलीत नुसतं 'खिडकी सुख' च नव्हे तर एकूणच प्रवासातले बरेच 'कम्फर्टस' असतात. आपल्यासारखं कुणी गावातल्या गावात बसनं निघालं तर पहिल्या स्टॉपला रिकामी असणारी बस पुढं तिप्पट क्षमतेनं भरते आणि आपल्याला हव्या असणाऱ्या ठिकाणी उतरायचं म्हटलं तर त्या गर्दीतून वाट काढत काढत, किमान दोन 'स्टॉप' आधीच जागं होऊन दाराच्या दिशेनं सरकण्याचा प्रयत्न करावा लागतो, पण फिल्मी मंडळींचं बघा... विवक्षित स्टॉपवर निवांतपणे दारात येऊन उभं राहायचं, स्टाईलमध्ये उतरायचं! ड्रायव्हरनं अचानक ब्रेक मारल्यानं तोंड आपटलं असले पापयोग त्यांच्या कुंडलीत नसतात. "चला मावशी ऽऽ उतरा पटकन्..." असा कंडक्टरकृत अपमान त्यांच्या नशिबी नसतो. (यात 'उतरा पटकन्' हा अपमान नसतो, तर 'मावशी' हे संबोधन काट्यासारखं 'चुभणारं' असतं, हे अनुभवींना माहीत असेलच!)

रेल्वे प्रवासाच्या बाबतीतसुद्धा, झिपऱ्या उडवत स्टेशनवर उतरणारी नायिका असो, की फिरकीचा तांब्या-वळकटी घेऊन 'तीरथ पर' जाऊन आलेल्या शाल पांघरलेल्या माँजी असोत, त्यांना स्टेशनवर उतरवून घ्यायला (म्हणजे त्यांच्या सोबतचं सामान उचलून घ्यायला) कुणीतरी अगदी वेळेवर हजर असतंच असतं किंवा ॲटलिस्ट त्यांना भेटणारा हमाल सच्छील असतो, रुमालाचासुद्धा 'वेगळा डाग होईल' असं सांगणारा नसतो. अशा या माँजींच्या दिमतीला जनरली हरीया, बनवा, बिरजू हात जोडून उभे असतातच. ते पाहून आमच्यासारख्या भांड्याला बाई मिळाली आणि ती टिकली तर आभाळाला हात पोचले असं मानणाऱ्या (ते सुद्धा भरभक्कम पैसे मोजून!) मंडळींचा जळून जळून कोळसा... अगदी राखुंडी नाही

झाली तरच नवल!

फिल्मी जीवनातल्या प्रवासात तर 'हमसफर' भेटण्याचे योगसुद्धा प्रबळ असतात. अहो, बस-रेल्वे-जहाजच काय, विमानातसुद्धा यांना भावी जोडीदार भेटतो. एकूणच यांची मजा असते. त्यांना सामानाची ओझी वाहायची व ती सांभाळायची नसतात, त्यांना रिझर्वेशनचे प्रॉब्लेम्स नसतात, खिडकी तर आंदणच मिळालेली असते, शिवाय ते ज्या बाजूच्या खिडकीत असतात त्या बाजूला कधी उन्हाची तिरीप जाळून काढत नसते, यांच्या नशिबाला कधीही खाकरे-खोकरे काढत थुंकून किळस आणणारे सहप्रवासी नसतात. यांना कधी बस लागण्याचा त्रास नसतो, प्रवास संपल्यानंतरही त्यांना हमाल, रिक्षा, टांगा, टॅक्सी यांपैकी हवं ते, हव्या त्या दरात सहज मिळतं. यांना प्रवासात सुखाची झोप मिळते... एवढंच नव्हे तर गाढ झोपेच्या आधीन झालेल्या कोमल, देखण्या मस्तकाला रेलायला सुयोग्य, खंबीर खांदाही मिळतो आणि मुख्य म्हणजे त्या खांद्यालाही हे 'कोमल' ओझं आवडतं! ''अहो, जरा सरळ बसा की!'' असं सुनावण्याची वेळ त्यांच्यावर येत नाही. प्रवासात काहीही संकटं उभी राहिली तरी यांची सुटका करायला कुणी ना कुणी अलगद उभं राहतंच...

असं एकूणच, फिल्मी पात्रांच्या बाबतीत– ती कुठल्याही अवस्थेत, कसल्याही मन:स्थितीत असली तरी, त्यांच्या कुंडलीत 'प्रवासबळ' भारीपैकी असतं, त्यामुळं बसस्टॉपवर आपल्यापर्यंत नंबर यावा आणि कंडक्टरनं ''बास!'' असं फर्मावत बसच्या दारात आडवा हात धरून डबल-बेल मारावी... आणि आपल्या डोळ्यादेखत... आपल्याला तिष्ठत ठेवून बसनं मुजोरीनं धुरळा उडवत पुढं जावं, असं त्यांच्या बाबतीत कध्धी घडत नाही... त्यांना 'शुभास्ते पंथान: सन्तु' चं वरदानंच असतं ना!!

◆

दे दणाद्दण!

दे दणाद्दण फायटिंग किंवा ॲक्शन... बोलीभाषेत सांगायचं तर मारामाऱ्या हा हिंदी चित्रपटाचा आत्माच म्हणा ना! पूर्वीच्या काळापासून ते आजवरचा मारामाऱ्यांचा प्रवास पाहिला, तर असं लक्षात येईल की, काळासोबत मारामाऱ्या अधिकाधिक भीषण व तीव्र रूपात सादर होत आहेत.

अगदी जुन्या काळातील नायक आठवून बघा... सात्त्विक चेहऱ्याचा शामळू नायक मारामाऱ्या वगैरे फंदात नसायचा. अगदीच 'क्लायमॅक्स' म्हणजे एखादी थोबाडीत लावणं! त्यानंतरच्या काळातले नायक मुख्यत्वे नायिकेला गुंडाच्या तावडीतून सोडवण्यासाठी दोन हात करू लागले, तरीसुद्धा या मारामाऱ्यांचं स्वरूप अगदीच सामान्य असे. ही मारामारी भांग न विस्कटण्याची व अंगावरच्या कपड्यांची इस्त्री न मोडण्याची दक्षता घेऊन केल्यासारखी वाटे, पण काळाच्या ओघात मारामाऱ्यांची तीव्रता भयानक वाढली.

सामान्य माणसावर अनपेक्षितपणे हल्ला झाला तर तो केवढा गडबडून व घाबरून जाईल!... इतका की, त्याला प्रतिकार करायचं सुचणंसुद्धा अवघड होईल, पण सिनेमात तसं नसतं. त्यातील पात्र जरी सामान्य पार्श्वभूमीतलं असलं तरी त्याचा वकूब असामान्य असतो, त्यामुळं हे पात्र या हल्ल्याला हजरजबाबीपणे, प्रचंड क्षमतेनं, निधड्या छातीनं व युक्तीनं तोंड देतं. त्यातून हे पात्र म्हणजे सिनेमाचा नायकच असेल तर मग काय विचारता!

मध्यरात्र उलटून गेलेली असते... नायक एखाद्या सुनसान गलितून सरळ मार्गानं नाकासमोर बघून निघालेला असतो... अकस्मात, रस्त्याकडेला पथारी पसरून झोपलेल्यातलं कुणीतरी उठून त्याच्यामागून चालू लागतं... पाठोपाठ दुसरी पथारीही उठते... मग तिसरी... चौथी... एव्हाना नायकाला धोक्याची चाहूल लागलेली असते, पण तो आपल्या मार्गानं निघालेला असतो... तितक्यात ही सगळी फौज त्याला घेरते... नायकाला थांबावंच लागतं... त्यातला कुणीतरी उग्र चेहऱ्याचा, रानडुकरासारखा माजलेला, तांबरलेल्या डोळ्यांचा गुंड त्याला धमकावतो... पण नायक शांत असतो... अचानक, तलवारीपासून ते धाडधाड गोळ्या सुटणाऱ्या

अत्याधुनिक स्टेनगनपर्यंत, सोडावॉटरच्या बाटल्यांपासून सायकलच्या चेनपर्यंत, फावड्यांपासून भाल्यापर्यंत, हॉकी स्टिकपासून कमरेच्या पट्ट्यापर्यंत कुठल्याही प्रकारची व कितीही आयुधं परजली जातात आणि सर्वस्वी एकट्या, बिनहत्यारी नायकावर हल्ला होतो... एव्हाना नायकाला हे 'भाडे के टट्टू' कुणाचे आहेत याचा अंदाज आलेला असतो, पण आत्ता त्यावर चिंतन करण्याची वेळ नसते, त्यामुळं तो दोन हात करायला सज्ज होतो... आता 'आदमी एक आणि फौजफाटा इतका!'' त्यामुळं 'तेरा क्या होगा रे कालिया?' असा दर्शकांना प्रश्न पडणं स्वाभाविक असतं, पण नायक हे आव्हान लीलया परतवतो आणि चांगले सराईत, अनुभवी, 'प्रोफेशनल' गुंड हत्यारं टाकून जीव वाचवून पळत सुटतात आणि मध्ये दवाखान्यात जाऊन पट्ट्या-बिट्ट्या करून येत असावेत... मग पडद्यामागच्या सूत्रधारापुढं मान खाली घालून (शिव्या खायला) उभे राहतात.

असा प्रसंग केवळ मोठ्या पडद्यावरच पाहायला मिळू शकतो असं म्हणायला हरकत नसावी. सामान्य माणसाला त्याच्याविरुद्ध चार जण एकत्र आले तर शाब्दिक हल्ले परतवतानासुद्धा नाकी नऊ येतं, तिथं अशा भीषण शारीरिक हल्ल्याला तोंड द्यायची कल्पनासुद्धा करता येणार नाही, पण नायक डगमगत नाही... तो इंच इंच लढवतो!

हे गुंडसुद्धा अगदी तत्त्वनिष्ठ असतात, नाही?... म्हणजे एकावेळी त्यातला एकजणच हल्ला करतो... एकावेळी सगळेजण 'सावजा'वर तुटून पडलेत असं सहसा होत नाही... अर्थात नायक पाठीलाही डोळे असल्यासारखा चपळाईनं प्रतिसाद देत असतोच!... हे गुंड बहुतेक कशाकशा क्रमानं हल्ला करायचा ते आधी ठरवून येत असावेत, किंवा 'रिस्पेक्ट द क्यू' ही संकल्पना मानत असावेत... त्या दोघांची चाललीय ना मारामारी, मग आपण थांबूया! दिवाळीच्या फराळाचे पदार्थ करताना बायका जसं 'शेड्यूल' आखतात, म्हणजे चकल्या करून झाल्या, की चिवड्याला फोडणी द्यायची, करंज्यांच्या 'लॉट' मध्ये शंकरपाळे उरकून घ्यायचे... तसंच नायक वेळेची व श्रमशक्तीची बचत करण्याचं 'शेड्यूल' क्षणार्धात आखतो. हॉकी स्टिकवाल्याच्या पोटात लाथ मारून तो आडवा होतोय तोवर सायकलची चेन फिरवत उभ्या असलेल्याच्या हातातून ती हिसकावून घेऊन त्याच्याच गळ्याभोवती आवळायची, तोवर पायाशी पडलेलं पिस्तूल उचलायचं... तोवर हॉकी स्टिकवाला उठतोच... मग चेनवाल्याला भिंतीवर आदळून पाडायचं आणि हॉकी स्टिकवाल्याकडची हॉकीची स्टिक काढून घेऊन त्याला बदड बदड बदडायचं... तोवर मागून कुणीतरी हिंस्र हल्ल्याच्या पावित्र्यात येतं... त्याच्याकडं न बघताच त्याला गोळी घालायची किंवा काहीतरी फेकून मारायचं किंवा लाथेनं आडवं करायचं... असं काय काय. अर्थातच बाकीचे गुंड तोवर 'मेरा नंबर कब आयेगा' अशी वाट बघत उभे असतात.

अशा प्रकारच्या मारामारीच्या वेळी नायिका सोबत असेल (किंवा तिला सोडवण्यासाठीच हे मारामारीचं प्रकरण उद्भवलं असेल) तर ती बरेचदा शुंभासारखी उभी असते. काही वेळा तर ती कुणीतरी 'ओलीस' ठेवावं म्हणून वाट पाहत उभी असल्यासारखी वाटते. कधी उगीचच विव्हळत असते, किंचाळत, उसासत असते किंवा लहान मुलं जशी अमक्याला ''हात कर'' म्हणून सांगतात. तसं ''मारो, उसे और मारो'' असं म्हणत नायकाला चिथावत असते. अलीकडच्या काळात नायिका मारामारीतसुद्धा नायकाला सक्रिय साहाय्य करताना दिसू लागली आहे. (इतरांच्या खोडया काढणारी लहान मुलं डाव अंगाशी येऊ लागला की, ''आई गंSS, बघ की, हा कसं करतोय!'' असं म्हणून सूर काढतात, तसंच या सक्रिय नायिकांचं अवसान शत्रुपक्ष वरचढ होऊ लागला की सुटतं... पण त्या निदान प्रतिकाराचा प्रयत्न तरी करून बघतात हे महत्त्वाचं!)

अलीकडं इतका सगळा सव्यापसव्य नकोसा वाटतो की काय म्हणून 'गोळी झाडा विषय संपवा' असा बाणा दिसतो आहे. म्हणजे सगळे सूटाबूटात भारीपैकी गाड्यांमधून येतात. अर्थातच त्यात दोन टोळ्या असतात आणि ते थांबतात ते स्थान निर्जन असतं. अशा वेळी दोन पक्ष समोरासमोर ठाकतात, दोन-तीन मिनिटांत बंदुकीत असतील-नसतील तेवढ्या गोळ्या धडाध्धड संपतात... सगळी माणसंही संपतात, बात खतम! पण या 'शॉर्ट कट' ला मारामारीची सर नाही, ते यश जास्त कष्टसाध्य असल्यामुळं असेल कदाचित... पण शरीर कमावणं हेच जीवनध्येय असलेल्या काळ्या पहाडाशी टक्कर घेणारा इवलासा नायक काहीही करून काळ्या पहाडाला नमवतो... चीत करतो, हे दृश्य दर्शक बेभान होऊन पाहतात. हिंदी सिनेमा आणि मारामारी यांचं नातंही अतूट आहे.

◆

हे भगवान!

नाटकांमध्ये जसा 'स्वगत' हा प्रकार असतो, तसाच तो रुपेरी पडद्यावरही असतो. फरक फक्त इतकाच असतो की, नाटकातलं पात्र मनातले विचार पल्लेदार संवादांच्या मदतीनं एकटंच प्रकट करत असतं, तर फिल्मी पात्र त्यांची स्वगतं परमेश्वराच्या दारात येऊन, त्याला साक्षीला ठेवून व्यक्त करत असतात.

दुनिया की ठोकरे खात खात, परिस्थितीशी दोन हात करत, झगडत झुंजत अखेर पदरी निराशाच येते; सत्याची बाजू असूनही समोरचे सारे मार्ग खुंटल्यात जमा होतात, तेव्हा फिल्मी पात्रं मोठ्या तावातावानं परमेश्वराच्या दारात येतात. त्यांपैकी कुणी पहिल्यापासून नास्तिक असतात, कुणी 'अनुभवा'नं नास्तिक बनलेले असतात, पण आज परिस्थितीच अशी उद्‌भवलेली असते की, ते शेवटचा प्रयत्न म्हणून देवाच्या दारात आलेले असतात. जे आस्तिक असतात, त्यांचा प्रश्नच नसतो, ते देवाशी नेहमीच्या बैठकीतले असल्यासारखे बोलत असतात.

या स्वगतांसाठी घरातला छोटासा किंवा प्रशस्त... कसलाही देव्हारा चालतो, भिंतीवरचा लहानसा फोटोसुद्धा चालतो, पण भारदस्त इफेक्ट यायचा असेल तर त्यासाठी भरपूर पायऱ्यावाल्या, पुढं मोठा सभामंडप असलेल्या व मुख्य म्हणजे,निरनिराळ्या आकाराच्या पुष्कळ घंटा टांगलेल्या मंदिराचं 'लोकेशन' जास्त सोयीस्कर असतं. त्यातसुद्धा रात्रीची वेळ, किर्र अंधार, सूं सूं सोसाट्याचा वारा, काळ्याकभिन्न आभाळाच्या पाटीवर पेन्सिलनं रेघा ओढाव्यात तशा कडाडणाऱ्या, चकचकीत वीजा, भय अधिकच गडद करणारा ढगांचा गडगडाट अशा पार्श्वभूमीवर या स्वगतांचे रंग अधिकच गहिरे होतात.

अशा गंभीर पार्श्वभूमीवर तो किंवा ती करारी चेहऱ्यांनं देवाच्या दारात येऊन उभे राहतात आणि छातीत धडकी भरवणाऱ्या आवाजात, जोरजोरानं देवळातली घंटा वाजवू लागतात... "ऊठ परमेश्वरा, जागा हो, तुझी शक्ती दाखव, योग्य न्याय दे'', असं या टणटणाटाद्वारे देवाला आवाहन सुरू होतं... देवाचा चेहरा विविध कोनांतून, विविध रंगांनी उजळून निघतो...

भक्ताची हाक अगदी आर्त असते कारण समस्याच तशी 'जेन्युईन' असते...

आर या पार अशी निर्णायक 'घडी' असते... अखेर देवाला पाझर फुटतो... मूर्तीवरचं फूल खाली पडून 'पॉझिटिव्ह' कौल मिळतो किंवा देवीच्या चरणाशी असणारा सिंदूर भाळी लागत शुभसूचक शकून होतो... किंवा तत्सम काहीतरी घडतं... अखेर शेवट गोड गोड!

पण तोवर मात्र... अरे बापरे! ''हे भगवान, मैंने आजतक तुझसे कुछ नहीं माँगा'' पासून ते ''अगर मेरे अमूक तमूक को कुछ हो गया तो...'' अशा धमकीवजा आळवणीपर्यंत सगळी स्वगतं झडतात. कधी कधी असंही पाहायला मिळतं की, ही पात्रं मंदिरापर्यंत कशीबशी रडत-खुरडत पोहोचतात आणि तिथं येऊन कोसळतात किंवा आधीच कोसळलेल्या कुणा बेशुद्ध आप्ताला दोन्हीं हातांवर तोलत तिथं घेऊन येतात... प्रत्येक वेळी तब्येतीचाच प्रॉब्लेम असतो असं नाही, कधी अन्यायाचा कहर व समोरचे सर्व मार्ग बंद अशी परिस्थितीसुद्धा या पात्रांना स्वगत म्हणायला लावते... मग मंदिरातल्या घंटा आपोआप हेलकावे खाऊ लागतात... जोरजोरानं वाजू लागतात... या घंटा आपोआप का आणि कशा वाजू लागतात, हा संशोधनाचा विषय आहे; पण घंटांच्या टणटणाटावाचून हा प्रसंग पुढं सरकत नसतो!... पुढं यथावकाश ही कोसळलेली मंडळी ईशकृपेनं ठणठणीत बरी होतात.

अगदी कळकळीची स्वगतपर विनवणी करूनही काही 'रिस्पॉन्स' मिळत नसल्याचं पाहून फिल्मी पात्रं शारीरिक क्लेष करून घेण्याचं हत्यार उपसतात... म्हणजे घंटेवर डोकं बडवून घेणं, देवापुढं माथा आपटत राहणं, कापराच्या ज्वाळांवर हात धरणं किंवा थेट हातावरच कापूर पेटवणं... अशासारखे मार्ग अवलंबून हे लोक देवावर 'प्रेशर' आणत राहतात. तोवर त्यांचे अन्नत्याग, पानी की एक बूंद भी नहीं वगैरे मार्ग फोल ठरलेलेच असतात!

शिवाय, या मंडळींना देवळात फुल प्रायव्हसी असते. यांचं हे आकांडतांडव पाहायला तिथं चिटपाखरूही नसतं. खचाखच गर्दी असलेल्या, भाविकांच्या मैलोनमैल रांगा लागलेल्या मंदिरांत हा 'सोहळा' कधीही होत नाही. ही ठिकाणं नेहमी निर्जनस्थळीच असतात व शक्यतो ही स्वगतं रात्रीच्या वेळीच होतात, त्यात पावसाचं तांडव असेल तर सोने पे सुहागा! या ठिकाणी फार फार तर एखादा पुजारी असतो... त्याच्या चेहऱ्यावर षड्रिपूंवर विजय मिळवल्याचे भाव असतात. तोही जास्त खोलात शिरून चौकशा न करता संबंधित व्यक्तीला आशीर्वाद, 'प्रशाद' व सोबत थोडा धीर देऊन निघून जातो.

ही स्वगतवाली मंडळी कधी कधी दवाखान्यात ॲडमिट केलेल्या, मृत्यूशी झुंज देणाऱ्या जिवलगासाठी देवाला साकडं घालत असतात, तर कधी थेट त्या व्यक्तीलाच देवाच्या पायाशी घेऊन येत असतात. कधी कधी तर खलनायकाचा पाडावसुद्धा याच ठिकाणी होताना दिसतो. देवापुढं लावलेल्या दिव्याची ज्योत

वाऱ्यानं विझून धुराची काटकुळी रेघ हवेत पसरणं हे अशूभसूचक, दुश्चिन्ह असतं, त्यामुळं इकडं ज्योत फरफरून फरफरून विझली, की तिकडं 'मार्गस्थ' व्यक्ती ढॅाणकन् खपली आहे, हे चाणाक्ष प्रेक्षक ओळखतात! (आणि प्रेक्षक ही जमात चाणाक्षच असते!) समजा ज्योत फरफर फरफर करता करता... विझता विझता पुन्हा संथ लयीत तेवू लागली... म्हणजे क्रिकेट मॅचच्या शेवटच्या चेंडूवर कॅच गेला गेला म्हणता म्हणता कॅच सुटून ती सिक्स ठरावी तद्वत घडलं की, संबंधित व्यक्तीनं शेवटचा आचका दिल्यानंतरही तिच्या देहाच्या कुडीत पुन्हा जीवनरस दौडू लागला आहे हे ओळखायचं!

अशी ही फिल्मी पात्रं वेळोवेळी देवापुढं येऊन आर्जवं करत असतात, मोठमोठी स्वगतं म्हणत असतात आणि आपण सविस्तर सांगितलं नाही किंवा सांगितलंच नाही तर देवाला ते जणू कळणारच नाही अशा थाटात देवाला विनवणी करत असतात; ''आज मैं तुम्हारे द्वार पें अपनी जान दे दूँगा'' असं 'ब्लॅकमेल' केल्यासारखं आर्जव करत असतात. ''भगवान तेरा लाख लाख शुकर है'' असं म्हणून कृतकृत्यही होत असतात... अशा प्रकारे रुपेरी पडद्यावरची ही स्वगतं 'आखरी व निर्णायक हत्यार म्हणून आजतागायत प्रचलित आहेत आणि त्यासोबत आपोआप हेलकावे खाऊन वाजणाऱ्या घंटाही...!

◆

थप्पडमाहात्म्य

ती नाकासमोर बघून निघालेली... बेफिकीर चेहऱ्याचा मस्तवाल व्हीलन तिची छेड काढतो... त्याच्याबरोबरचे चमचे फिदिफिदी हसतात... ती सुशील, सालस कन्यका क्षणात दुर्गेचा अवतार धारण करते आणि तिची पाच बोटं खाड्दिशी त्याच्या गालावर उमटतात... ढर्ॅण... ढर्ॅण... ढर्ॅण... स्पेशल इफेक्ट... स्लो मोशन... थप्पडीचा ट्रीपल रिप्ले... फाड्... फाड्... फाड्! आता ही थप्पड सतत त्याला आठवत राहणार असते, अपमानाची जाणीव जाळत राहणार असते... सूडाग्नी भडकत राहणार असतो. आता जरी तो सर्द होऊन गाल चोळत बसला असला तरी त्याच्या कारवायांना आता अधिकच ऊत येणार असतो... आणि आपण अर्थातच, डोळ्याची पापणी न पाडता पडद्यावरच ते वेगवान कथानक गुंग होऊन पाहणार असतो.

हिंदी पडद्यावर हे थप्पडमाहात्म्य असं पूर्वापार चालत आलेलं आहे. फक्त यात एक गंमत अशी आहे की, जेव्हा प्रेक्षकांना 'दोन उडवाव्यात' असा मोह होत असतो तेव्हा त्यांच्या मनाजोगं घडत नाही, त्या वेळी पडद्यावर सोशिकतेचा कळस झालेला असतो आणि एरवी, नाही त्या वेळी मात्र, अगदी टाळी द्यावी तितक्या सहजतेनं थपडांचं आदानप्रदान सुरू असतं.

वास्तव जीवनात जर असं घडायला लागलं तर? जरा कल्पना करून बघा... सिनेमात मात्र बहीण-भाऊ, मालक-नोकर, नवरा-बायको, दीर-वहिनी, प्रियकर-प्रेयसी (वुड बी सुद्धा!) असं कुणीही कुणाला अकस्मात थप्पड लावत असतं आणि महत्त्वाची गोष्ट म्हणजे, त्या ऐवजी टपली, धपाटा, चापटी असं काहीही चालत नाही, तेथे पाहिजे थप्पडच! चित्रपटात एकदा का होईना, हा सोहळा व्हावाच लागतो. वास्तव जीवनात जर असं होऊ लागलं तर घरांघरांत महाऽऽभाऽऽरत होईल... दुसरं काय?

असा हा थप्पडमहिमा दीर्घकाळ चालत आला आहे. अधूनमधून तर असेही किस्से वाचायला मिळत असतात की, अमक्या नटानं तमक्या नटाकडून थप्पड खायला नकार दिला, मग थप्पडेचा बकरा दुसऱ्या कुणालातरी बनवण्यात आलं.

म्हणजे खोटी-खोटी थप्पड खायलासुद्धा वास्तवात कुणी तयार नसतं आणि पडद्यावरचे जीव बघा, अगदी आसुसल्यासारख्या थपडा खात असतात, एवढंच नव्हे तर सहसा उलटून प्रतिकारही करत नाहीत. थपडेसोबत अपमानही गिळतात.

कधी सहनशक्तीचा अंत, कधी वर्मावर बोट, कधी कुणा अतिप्रिय व्यक्तीच्या बाबतीतला हळवेपणा, कधी कर्तव्यदक्षता, कधी गुर्मी, कधी मस्ती, कधी विनयभंगाच्या प्रयत्नाला तडाखा, कधी सरळ-सरळ दोन हात, कधी भावनांचा प्रचंड उद्रेक... यातलं किंवा अशासारखं काहीतरी घडतंच आणि थपडेला निमित्त मिळतं!

काही वेळा या थप्पडस्मृती खलनायकाला क्षणभरही विसरता येत नाहीत, मग तो नायक व त्याच्या कुटुंबीयांचं जिणं हराम करण्याचे प्रयत्न करतो. समजा नायिकेनं खलनायकाला थप्पड लगावली असेल तर तिची (म्हणजे थप्पडेच्या परिणामांची व पर्यायानं नायिकेची) जबाबदारी नायक घेत असतो. नायकाचे मित्र किंवा तत्सम कुणी 'मरीव' पात्र असेल तर त्याला मात्र थप्पड मारण्याची जबरदस्त किंमत चुकवावी लागते, त्याला त्या बदल्यात चक्क प्राण गमवावे लागतात.

कुणाच्या आकस्मिक मृत्यूची खबर किंवा त्याच तोडीचं काहीतरी अघटित सांगायची जबाबदारी ज्याच्यावर असते त्यानं (आता इतके सिनेमे पाहून झाल्यावर तरी) सावधपणे कुवार्ता द्यावी किनई?... पण नाही, ते पात्र अगदी, सुंठवड्याला हात पुढं करावा तसं गाल पुढं करून असतं... मग दु:खाचा कल्लोळ, पार्श्वसंगीताचा आकांत आणि सांगणाऱ्याच्या मुस्कटात फाड्... फाड्... फाड्... अर्थातच तीनदा... म्हणजे त्यात 'फाड्' एकदाच पण ते त्रिवार दाखवलं की त्याला ठोस इफेक्ट येत असावा! तरी बरं, लगेच दुसरा गाल पुढं करत नाहीत. अर्थात, तसं केलं नाही तरी, ''मारो... मुझे और मारो'' असा त्रागा करून स्वत:चं निरपराधत्व आणि सदुद्देश सिद्ध करण्याचाही प्रयत्न होतो.

हीच थप्पड नायिकेला किंवा भाभी वगैरे तत्सम पात्राला बसली तर मुसमुसत जाऊन उशीत तोंड खुपसून बिछान्यावर पालथं पडायचं आणि जेवणावर राग काढायचा, असा रिवाज दिसतो. थप्पड फारच जिव्हारी बसली तर लगेच बॅग भरून ''मैं मायके चली जाऊँगी!''चं हत्यार उपसायचं. ही झटपट बॅग भरून जाण्याची पद्धतसुद्धा बघा हं, रडत-रडत, त्रागा करत, धाडदिशी कपाट उघडायचं. कधी कधी तर त्यातून हँगरसकट कपडे हिसकून बॅगेत कोंबायचे की निघाल्या तरातरा... तुम्ही-आम्ही कोपऱ्यावर जायचं म्हटलं तरी किल्ल्या, पैसे, मोड, पेन, रुमाल, मोबाईल अशा सतरा वस्तू गोळा करतो. पण या मात्र बॅगेत चार साड्या किंवा ड्रेस कोंबले की निघाल्या! एवढं असूनही यांच्या अंगावर कध्धी म्हणून कपडा 'रिपीट' नाही की कपडे बेशिस्तपणे बॅगेत कोंबूनही कपड्यांची इस्त्री मोडलीय असं नाही. जायचंय ते परत येण्यासाठीच हा विश्वास किंवा खात्रीही त्यांना असावी!

चित्रपटातील काही चपळ-चतुर जीव स्वत:वर उगारलेला हात चुकवून, तो आपल्या शेजारच्याच्या किंवा पाठीमागं उभ्या असलेल्याच्या गालावर पडेल अशी चलाखीही करू शकतात. स्वत: थप्पड न खाता उलट हात उगारणाऱ्याचेच दात घशात घालण्याची सिद्धी पडद्यावरील काही मंडळींना लाभलेली असते. ते दृश्य पाहणारेही मनमुराद हसतात. अशा प्रकारे हे थप्पडमाहात्म्य हिंदी चित्रपटांच्या अनेक पिढ्यांतून झिरपत-झिरपत अगदी आत्ताच्या काळातसुद्धा आपलं अस्तित्व त्रिवार दाखवत आहे... फाड्... फाड्... फाड्...!!

◆

हवं तेव्हा हवं ते!

आपल्यासारख्या सर्वसामान्यांना वेळेला पेन हाताशी सापडणं, सापडलंच तर ते व्यवस्थित उठणं, त्यात शाई किंवा रिफील असणं, हवा तो पत्ता अथवा फोन नंबर (आपण नक्की लिहून ठेवला आहे असं वाटतं) असलेली डायरी सापडणं, हाराची मोठी सुई गेल्यावेळी जिथं ठेवली होती (असं वाटत असतं) तिथंच सापडणं, लागले तर असू देत असं म्हणून अगदी खुणेनं प्लॅस्टिकच्या पिशवीत भरून ठेवलेले रावळ प्लग, चुका, नाड्या, जिलबीचा रंग, टोच्या, कातणं अशा एरवी अडचण पण वेळेला खोळंबा करणाऱ्या असंख्य वस्तू आणि पदार्थ नेमक्या सापडणं (आपल्याच घरात!) याला कपिलाषष्ठी, मणिकांचन किंवा तत्सम योगांची युती व्हावी लागते, पण फिल्मी दुनियेची बातच न्यारी! त्यांच्या जीवनात असल्या फडतूस वस्तूंना आणि त्याच्याशी निगडीत प्रसंगानां तसं फारसं स्थान नसतं, त्याच महत्त्व आपल्यासारख्यांना!

फिल्मी दुनियेतल्या लोकांच्या लेखी असलं सगळं अगदी क्षुद्र असतं. त्यांना फार मोठी सिद्धी प्राप्त असते... हवं तेव्हा हवं ते मिळण्याची, शिवाय ते तत्क्षणी मिळण्याची! अगदी साधं उदाहरण घ्या, पेन किंवा डायरीचा उल्लेख केला तसं. यांना कधी पेन मिळालं नाही, फोनवरून महत्त्वाचा नंबर टिपून घेताना ते झाडत बसावं लागलं, उठलंच नाही, असं कध्धी होत नाही. या लोकांना डायऱ्या-बियऱ्यांची तर गरजच नसते! कुणाचाही नंबर असो... सर्वशक्तिमान व्हिलनचा, कुणा बड्या असामीचा की आणखी कुणाचा, त्यांना फोन नंबर (आता तर मोबाईल नंबरसुद्धा) 'ॲव्हेलेबल' असतो, नव्हे मुखोद्गतच असतो. कुठल्याही ठिकाणच्या एसटीडी कोडसाठी यांना कधी अडावं लागलंय का बघा! यांना सगळं काही तोंडपाठ असतं.

एवढ्यावरच यांच्या सिद्धीची कमाल संपत नाही. ही माणसं ज्या व्यक्तीला फोन करतात, बरोब्बर तोच माणूस फोन उचलतो! मग तो माणूस किती का महत्त्वाचा असेना, कुठं का राहत असेना, किती का वाजलेले असेनात... ज्याला फोन केलेला असतो, तोच माणूस फोन उचलणार हे निश्चित असतं. केवढा

अद्भुत योगायोग आहे ना, पण पडद्यावर नित्य घडत असतो. मोबाईलवर फोन केला आणि नेमक्या हव्या त्या माणसानं उचलला, तर समजू शकण्याजोगं आहे, पण आठशे खिडक्या नऊशे दारं असलेल्या भव्य प्रासादवजा घरात लँडलाईनवर फोन केला तरी घरातल्या सतराशे माणसांतली नेमकी हवी तीच व्यक्ती फोनवर येते. नाहीतर आपण! आपलं काम आहे म्हणून एखाद्याला फोन करायला गेलं तरी कधी कुणाला भाव चढेल आणि प्रचंड कार्यबाहुल्यातून त्या व्यक्तीचं फोनवर येणं हा किती दुर्मीळ व दुर्लभ योग ठरू शकेल ते सांगता नाही यायचं! मात्र अशा या सिद्धिप्राप्त असामींना हवं तेव्हा हवं ते लीलया उपलब्ध होत असतं.

अर्थात, याला केवळ नशिबाची साथ म्हणणं हे त्यांच्यावर अन्याय केल्यासारखं होईल, कारण यात त्यांचा हजरजबाबीपणा, समयसूचकता, अष्टावधानीपणा यांचाही वाटा असतो ना!

उदाहरणादाखल सांगायचं तर, खलनायक नायिकेच्या 'कनपट्टी'वर पिस्तूल ठेवून तिला नायकाच्या डोळ्यादेखत आपल्या गाडीतून घेऊन जातो, तेव्हा तिथं जवळंच दुसरी एखादी कार (किल्ली लावून ठेवलेली, पुरेसं पेट्रोल भरून ठेवलेली, लॉक न केलेली) किंवा निदान एखादी मोटरसायकल तरी उभीच असते. ही झाली सहज उपलब्धता, पण ही 'संधी' घेऊन लगेच त्यांच्यामागं सुटावं... बावळटासारखं गाडीचा मालक काय म्हणेल याचा विचार करत तिथंच घुटमळत बसू नये, ही मात्र त्यांची समयसूचकताच म्हणायला हवी. नाही का!

त्याचप्रमाणं, तांबरलेल्या डोळ्यांच्या रानडुकरासदृश गुंडानं चांगली बांबूवजा काठी घेऊन हल्ला केला तर आपल्या नायकाला तिथं जवळंच जाड साखळदंड, सायकलची चेन, फावड्यासारखं एखादं हत्यार... असं काहीतरी 'काउंटर' आयुध लगेच उपलब्ध असतं. एवढंच काय, पण जवळंच, कुणाचं तरी उडून पडलेलं पिस्तूल, स्टेनगन, तलवार, भाला, ढाल अशी पुराणकाळापासून ते आजतागायतची सगळी अस्त्रशस्त्र त्याला सहज मिळू शकतात. (बाकीच्यांनी बसावं त्याची लायसेन्सं-बियसेन्सं काढत, नेमबाजीचं शास्त्रशुद्ध प्रशिक्षण घेत... इथं तसं नसतं... नायक म्हटल्यावर 'अपील' नाही!) आपण सवयीच्या नसलेल्या सुन्या, कात्र्या, विळ्या वापरतानासुद्धा अवघडल्यासारखे होतो, पण यांचं तसं नसतं. हवं तेव्हा हवं ते हाताशी असणं, त्याचा तत्क्षणी उपयोग करून घ्यायचं सुचणं आणि त्याचा हवा तसा उपयोग करून घेता येणं... अशा तिन्ही गोष्टी इथं हातात हात घालून नांदत असतात.

कथा अगदी निर्णायक वळणावर आलेली असते... विमान कोसळायच्या बेतात असतं किंवा त्यात स्फोट होण्याची चिन्हं दिसत असतात. पण नायक अजिबात

डगमगत नाही... थेट समुद्रात उडी घेतो. नशीबानं काही सेकंदांचा अवधी दिला, तरी तो लगेच पॅराशूट बांधून मोकळा! त्याला सगळं सहज येत असतं. आपण आदल्या वर्षी मिटून ठेवलेली छत्री पुढच्या पावसाळ्यात उघडताना झटापट करून बेजार होणार; नवी जर्किन किंवा रेनकोट विकत घेतला तर पहिला आठवडाभर अनुक्रमे त्याच्या चेनशी व बटणांशी कुस्ती करत बसणार, पण नायक असा बावळट नसतो. तो पॅराशूट बांधून स्वत:चा तर जीव वाचवतोच, पण सोबत कोण असेल त्यांचाही जीव वाचवतो.

या दुनियेत आयत्या वेळचं हत्यार म्हणून हातबॉम्ब हाताशीच असतात. (म्हणून त्यांना हातबॉम्ब म्हणत असावेत) पेरू खावा तसं त्या बॉम्बचं कवच तोडायचं आणि तो नेम धरून फेकायचा... की... धऽडाऽम! तो धूर विरेपर्यंत पुढची 'स्ट्रॅटिजी' आखायला वेळ मिळतो. कधी कधी नायक 'शक्तीपेक्षा युक्ती श्रेष्ठ' ही म्हणही आचरणात आणतात. ब्लेडचं अर्ध पान, काडेपेटीतली काडी, हेअरपिन असल्या क्षुद्र भासणाऱ्या वस्तूंच्या कल्पक वापरानं तो विकट हसणाऱ्या खलनायकाचे बेत क्षणात धुळीला मिळवू शकतो! नायिकासुद्धा कुणी कोंडून ठेवलं तर मुळूमुळू रडत बसत नाहीत. तिथं जवळपास साड्या, पडदे, चादरी, बेडशीटं, ओढण्या असे काय मिळतील ते कपडे जोडून लांब दोरी तयार करून बाल्कनीमार्गे त्या दोरीवरून स्वत:ची सुटका करून घेतात. त्या खोलीत साड्या नव्हत्याच, होत्या त्या फाटायची भीती वाटली... असं कधी होतं का?... नेव्हर.

'हवं तेव्हा हवं ते' ही सिद्धी नायक-नायिकेला विशेषकरून प्राप्त असते. खलनायकाच्या अड्ड्यावर प्रवेश करण्यासाठी नायक येतो, त्याच्यासोबत नायिकाही येते, तेव्हा त्या दोघांना गाणीबजावणी करणाऱ्या कलाकारांच्या ताफ्यात सहज प्रवेश उपलब्ध असतो. खलनायकाच्या अड्ड्यांवर अशी नाचगाणी होत असतातच, तिथं नायक किंवा नायिका माझा आवाज बसलाय किंवा ''मी नै बाई'' असले अडथळे उभे करतात का बघा, तिथं कुठल्याही गेटअपमध्ये कुठल्याही पोशाखात, नाचगाण्याच्या सज्जतेसह ते बेमालूम मिसळतात...

यांना रुसलेल्या हिरॉईनला 'मनवायला' वाळवंटातसुद्धा गुलाबकळी मिळते. इथं घरात भिंतीवर चित्र लावायला म्हणून खिळा ठोकायचा तर नवरा घर डोक्यावर (आणि हातोडी स्वत:च्या अंगठ्यावर) घेणार, पण नायक बघा, गुलाबकळीच काय, जंगलात घर उभं करायचं म्हटलं तरी सज्ज! ते सुद्धा जंगलातून लाकूडफाटा आणून आणि कुणाच्याही मदतीशिवाय, फक्त उपलब्ध साहित्यानिशी. अशी ही फिल्मी पात्रं... विषाच्या बाटलीपासून हातभट्टीपर्यंत, एकचाकी सायकलीपासून हेलीकॉप्टरपर्यंत, सेफ्टीपिनपासून स्टेनगनपर्यंत,

रुमालापासून तंबूपर्यंत, बॅटरीच्या सेलपासून टाईम-बॉम्बपर्यंत, नेलकटरपासून कोयत्यापर्यंत कुठलीही गोष्ट चुटकीसरशी आणि हवी तेव्हा उपलब्ध असणारी व त्यांचा बुद्धिमानपणे वापर करून घेणारी!

पॉपकॉर्न । ७१

शुभ्र गोरे तांदूळ आणि कुट्ट काळे हुलगे

जगाच्या पाठीवर कुठंही गेलं तरी थोड्याफार फरकानं माणसाची जात सगळीकडं सारखीच असा साक्षात्कार जवळपास सर्व सर्वसामान्य माणसांना होत असेल. संदर्भ बदलतील पण वृत्ती मात्र तशीच असल्याचं लक्षात येईल. चांगले, वाईट, भोळे, पक्के, प्रामाणिक, लबाड, स्वार्थी, प्रेमळ, तुसडे, दुष्ट, घातकी असे विविध प्रकारचे मानवी नमुने सगळीकडंच पाहायला मिळतात, पण रुपेरी पडद्यावर मात्र मानवी नमुन्यांची एक ढोबळ विभागणी बरेचदा पाहायला मिळतीय, ती म्हणजे शहरी व खेडूत!

म्हणजे सरळसरळ असं समीकरणच दिसतं की, शहरी म्हणजे संकुचित वृत्तीचे, लबाड, स्वार्थी, आपमतलबी, भावनाशून्य, संस्कारशून्य, पैशाच्या मागं लागलेले वगैरे वगैरे आणि खेडूत म्हणजे सालस, निर्मळ मनाचे, सच्छील, दिलदार, प्रामाणिक, निरागस, धाडसी, त्यागी, निर्भय, स्पष्टवक्ते, सुसंस्कारी, ऐहिक बाबींपेक्षा मानवी मूल्यांना अधिक महत्त्व देऊन ती जपणारे वगैरे वगैरे... जणू कुठल्या वेगळ्या ग्रहावरनं आल्यासारखे वाटणारे.

आता फिल्मी खेडूत म्हटलं की, साधी राहणी उच्च विचारसरणी अंगी बाणलेली असणं अपरिहार्यच. शिवाय गरिबी पाचवीला पुजलेली. त्यांच्या पाच-पन्नास उंबऱ्यांच्या छोट्याशा खेड्यात पैसा खुळखुळणारे दोनच... एक-ठाकूर आणि दुसरा-सावकार. कधी कधी तर ठाकूरच सावकार म्हणजे टू इन वन् असतो! बाकी सगळे प्रचंड गरीब, पण अत्यंत सुखी. शिवाय ही रानाची पाखरं अत्यंत तरतरीत, टवटवीत! कशीबशी चार बुकं शिकली... नाही शिकली अशी यांची अवस्था, पण जीवनाचं सारं सार, तत्त्वज्ञान, व्यवहारज्ञान कोळून प्यायलेली ही मंडळी जगत असतात, जणू सगळं खेडं म्हणजे एक परिवारच! त्यांच्या संथ, शांत जीवनात कधीकधी जवळपासच्या कडेकपारीत वास्तव्याला असलेला व सरकारनं भलं-मोठं इनाम लावलेला डाकू खळबळ माजवतो, तेव्हा टॉगडॉक टॉगडॉक करत धूळ उडवत घोड्यावरून येणारी डाकूंची फौज पाहून त्यांची शब्दश: पळापळ होते, तेवढं सोडलं तर त्यांचं जीवन बऱ्यापैकी स्वस्थ असतं. बाकी गावात 'मेला' वगैरे भरतो,

तेवढंच काय ते चैतन्य!

एवढ्याशा खेड्यात कुठंही काही खुट्ट झालं तरी अवघ्या खेड्याला त्याची खबर लागते. बिरजूकाका आजारी आहेत म्हटल्यावर हरिया त्यांच्या मदतीला धावतो, (महत्प्रयासानं) छुटकीचं लग्न ठरलं की, धनिया उपरण्याच्या पुरचुंडीत पैसे बांधून तिच्या (खोकणाऱ्या) बापाला अर्थसाहाय्य करायला हजर असतो, रामू की माँ लच्छीचाचीला घरगुती लोणच्याची 'टेस्ट' दाखवायला पदराआड लोणच्याची वाटी घेऊन आलेली असते. अशा खेड्यातले मास्टरजी म्हणजे तर स्थितप्रज्ञाची लक्षणे लागू होणारा महामानव. असे हे संतपदी पोचलेले मास्टरजी 'खेडेंचि माझे घर' या उक्तीनुसार वागत असतात. गावचा मुखिया हेही एक धीरोदात्त, विचारवंत व्यक्तिमत्त्व असतं. असं सगळं कसं छान, गुळगुळीत, गोड-गोड असतं. तिथं किरकोळ भांडणं झाली तरी ती तिथल्यातिथं मिटतात, वडीलधाऱ्यांच्या शब्दाला मान दिला जातो... अशी ही भले परिस्थितीनं गरीब असोत, पण मनानं खूप श्रीमंत असणारी कष्टाळू, नीतिसंपन्न माणसं!

त्याउलट शहरी लोक म्हणजे बारक्याशा जागेत राहून मनही तसंच संकुचित असणारे, पोशाखी, गावची गार-ताजी हवा खाल्ली तर फटाफटा शिंकू लागतील असले कचकडी, नैतिकता नसलेले, प्रचंड स्वार्थी, स्वत:पुरता कोश असणारे, राक्षसी महत्त्वाकांक्षा बाळगून प्रतिष्ठा व स्टाईल यांच्या खोट्या कल्पनांत जगत, तसल्याच बेगडी, तकलादू वर्तुळात वावरणारे, पैशांसाठी कुठल्याही थराला जाणारे, बेरकी!

रुपेरी पडद्यावर अशी सुस्पष्ट विभागणी बरेचदा दिसते. अखिल मानवजात एवढ्या दोनच कॅटेगरीत बसवली की, आपोआप गुणावगुणांची ही अलिखित विभागणी होत असतेच. त्यामुळं गावातलं एखादं तरुण पोरगं शहरात निघालं की जणू तो 'न परतीच्या वाटेवर' निघाल्यासारखा त्याला सगळे शेवटचं भेटल्यासारखा निरोप देतात (धावत्या बसच्या मागं काही अंतर धावतसुद्धा जातात!) आणि एखादा शहरीबाबू गावात आला, तर तो इथल्या पोरीबाळींना फसवण्यासाठीच आला आहे, अशा नजरेनं त्याच्याकडं पाहिलं जातं आणि "त्याचा काय भरवसा!" अशा भावनेनं त्याच्यापासून चार हात दूर राहण्याचा सल्ला गावातल्या मुलींना दिला जातो. त्याला इतिहासही तसाच असतो. हा शहरी बाबू अशा प्रकारे 'ब्लॅक लिस्ट' मध्ये असण्याचं कारण म्हणजे, कुठल्याशा शहरी बाबूनं फसवल्यामुळं आयुष्यातनं उठलेल्या कुणा बन्नोनं स्वत:चा कडेलोट करवून घेतलेला असतो किंवा एखादी बन्सरी अशाच प्रकारच्या आघातानं मानसिक संतुलन ढळून, रोज गावात येणाऱ्या एस्ट्यांची वाट बघत असते, 'तो' येईल अशा वेड्या आशेवर जगत असते. वातावरणातलं कारुण्य गडद करणारी बन्नो किंवा बन्सरी शहरी लोकांच्या हलकटपणाचा, नीच, फसव्या

वृत्तीचा बळी असते ना! अगदी ठळकपणे काळं आणि गोरं असं विभागणारं हे चित्र रुपेरी पडद्यावर खूपदा दिसतं.

शहरी नायिका खोट्या मेकअपनं सौंदर्य खुलवत बेगडी वागतबोलत कॉलेजला जाते, तर घेरदार घागरा-चोळी अशा वेशातली 'गाँव की गोरी' नायिका गावातल्या लहान पोरापोरींसमवेत उनाडक्या करते. (त्याला उनाडक्या म्हणत नाहीत, ताजगीभरं आणि निर्मळ-निष्पाप मन ते!) शहरी नायक नोकरीसाठी वणवण करतो किंवा घरच्या बिझनेसमध्ये आयत्या खुर्चीवर विराजमान होतो, पण खेडूत नायक शेतात घाम गाळून कष्टाची अधिक गोड भाकर खातो.

लांड्यालबाड्या, चोऱ्या, खोटारडेपणा, आत एक वरून एक वागणं यांची देणगी फक्त शहरी लोकांनाच असते, त्यामुळं समजा, जर कधी खेडूत नायक कळकट धोतर नेसून (व त्याहून कळकट बोचकं पाठीला लावून) शहरात आला, तर त्याची नुसती चेष्टाच नव्हे तर फसवणूक होणंही अटळ असतं. तेच शहरी बाबू खेड्यात आला तर त्याला कुणी अशी वागणूक देत नाही. त्याला माणुसकीचं व आत्मीयतेचं दर्शन घडतं. (फक्त नायिका तेवढी पोरकटपणे त्याची टर उडवते... पण ती थट्टा निर्विष असते, अखेर... ते नैसर्गिक धबधब्याखाली सचैल भिजणारं, ताजगीभरं, निर्मळ, निष्पाप मन ते!)

अशा प्रकारे रुपेरी पडद्यावर शहरी आणि खेडूत अशा दोनच प्रकारांत समस्त गुणावगुणांचं वाटप होत आलं आहे, म्हणजे अनुक्रमे अवगुण व गुण यांचं! उडदामाजी काळे-गोरे असा प्रकार अन्यत्र... फिल्मी दुनियेत मात्र दोनच प्रकार... काळे हुलगे आणि गोरे तांदूळ!

हुकमी गाणं आणि नाचणं

आपल्या सर्वसामान्य आयुष्यात गाण्याचं स्थान काय, असा प्रश्न विचारला तर तुम्ही काय उत्तर द्याल? मनाला अतिप्रसन्न करणारं कर्णमधुर, सुंदर शब्दांचं गीत ऐकणं हा अतिशय सुखद अनुभव असतो. त्यामुळं आयुष्यात गाण्याचं म्हणजेच संगीताचं स्थान महत्त्वाचं आहे... नव्हे अविभाज्य आहे, असं उत्तर द्याल, होय ना?... पण हे झालं आपल्या खऱ्याखुऱ्या सामान्य आयुष्यातलं. रुपेरी पडद्यावर मात्र असं चालत नाही हं, तिथं गाणं म्हणजे गाणं म्हणता येणं हे लग्नेच्छू मुलीला स्वयंपाक येण्याइतकं (म्हणजे येतो असं म्हणावं तरी लागतंच!) महत्त्वाचं असतं. जन्मापासून मरणापर्यंत, प्रेमापासून द्वेषापर्यंत, स्फूर्तीपासून उदासीपर्यंत, अतिवृष्टीपासून दुष्काळापर्यंत, आनंदाच्या बहरापासून ते निराशेच्या खोल गर्तेपर्यंत, विरहापासून मिलनापर्यंत... अगदी दिवाळीपासून दिवाळ्यापर्यंत सगळ्या सगळ्या प्रसंगी गाणी म्हणता येणं, त्यावर यथोचित नाचतासुद्धा येणं फिल्मी आयुष्यात अत्यंत महत्त्वाचं असतं. अगदी अपरिहार्य!

खऱ्या आयुष्यात बघा, गौरीगीतं, डोहाळे, पाळणे, मंगलाष्टकं, फारच झालं तर वाढदिवस एवढीच काय ती प्रासंगिक गीतांची झेप असते, त्यातसुद्धा ती ठरावीकच असतात, म्हणजे ठरावीक, प्रसिद्ध, प्रचलित अशाच पद्धतीची गीतं म्हटली जातात. (नाही म्हणायला, हौशी कवी अशी संधी हातची जाऊ देत नाहीत. तेवढा अपवाद आणि कमरेत वाकलेल्या एखाद्या म्हाताऱ्या आजीच्या हौसेला किनाराच नसतो, तो एक अपवाद. आमच्या माहितीतल्या एक मंगलाष्टका फेम आजी कोणत्याही लग्न वा मुंज समारंभाला सर्व दूरदूरच्या ठिकाणच्या देवदेवतांना गीतातून आवतन देतातच, पण परवा तर त्यांनी एका मुंजीच्या मंगलाष्टकात 'संसार करा सुखाने' असाही काव्यमय स्वरबद्ध स्वरचित आशीर्वाद थरथरल्या आवाजात दिला!)

पण फिल्मी आयुष्यात तसं नसतं. सकाळी उठून आपलं-आपलं आवरून मुकाट्यानं पूजा केली असं नाही. सगळ्या घरादाराला जागं करून देवाची संगीत आळवणी करायची. रांगोळ्या काढायच्या, तुळशीला पाणी घालायचं, पाणी भरायचं,

गायी-म्हशींच्या धारा काढायच्या, फुलं तोडायची, चहा/दूध घेऊन घरातल्यांना उठवायचं... काहीही करायचं ते गाण्याच्या तालावर. सुशील बहू व्हायचं असेल तर हे क्वालिफिकेशन आवश्यक असतं. (इतरेजनांनी कुणावर 'इम्प' मारायचंय त्यानुसार यात किती 'मास्टरी' मिळवायची ते ठरवावं!) अशा प्रकारे अगदी साजूक चेहऱ्यानं 'संगीत' आराधना करून घरातल्या सगळ्यांना 'प्रशाद' खिलवला, की बराचसा गड सर!

विरह ही तर गीताची पेट्ट सिच्युएशन! 'दिल के टुकडे' झालेत, मैलोंन्मैल 'तनहाई' पसरलीय, जीवनात काही राम उरलेला नाही, अशा परिस्थितीत गाण्याचाच आधार घेऊन कारुण्यपूर्ण मनोवस्था व्यक्त करायची. कोई अनदेखा अन्जाना मनात रुंजी घालू लागला, की म्हण गाणं... 'बेवफाई'ची शंका आहे, म्हण गाणं... अपेक्षित 'रिस्पॉन्स' मिळत नाहीय, म्हण गाणं... ठसक्यात तोडीस तोड उत्तर द्यायचंय, म्हण गाणं... शिकवा किंवा शिकायत आहे, म्हण गाणं... नाही?... तरी म्हण गाणं... ''इश्क हुआ?''मग तर म्हणच गाणं... असा हा गीतमहिमा काय वर्णावा!

त्या जोडीनं 'पॉझिटिव्ह थिंकिंग' आनंदयात्रीपण, जीवनाची नश्वरता, क्षणभंगुरता, अन्यायग्रस्तता, फुटक्या नशिबाला टोकणं अशा सर्व भावभावना फिल्मी जीवनात गीतातूनच व्यक्त होत असतात. वास्तवात मात्र त्या 'रेडीमेड' गीतांचा वापरसुद्धा कुणी करत नसतं!

हे सर्वजण गाणं उपजतच घेऊन येतात का? त्यांना ताला-सुराचं ज्ञान कसं होतं, एवढंच नव्हे तर त्यांची सगळ्या वाद्यांवरसुद्धा कशी हुकूमत असते? आणि हे कमी म्हणून की काय, त्यांना काव्याचं ही वरदान असतं, तेसुद्धा छंदोबद्ध... हे सगळं सगळ्यांच्या ठायी? याचं उत्तर म्या पामराच्या बुद्धीपलीकडचं आहे. आपण तबला शिकायला गेलो तर धा धिन् धिन् धा घटव घटव घटवलं तरी स्पष्ट व गोड बोल उमटणार नाहीत, की बोर्डवर एखादं गाणं वाजवता येऊ लागलंय असं वाटत असतानाच चार दिवसांचा खंड पडला तर पुन्हा नव्यानं श्रीगणेशा करण्याची वेळ असते. पण फिल्मी पात्रं बघा... कितीही काळानं पियानोवर बसले की... सराईतपणे सुरू... ट्यॅण्यॅट्यॅण्यॅ... 'टच' सुटला हा प्रॉब्लेम नाही, रियाज नाही ही सबब नाही! बहुतेक फिल्मी दुनियेत देव वरून पाठवतानाच गिटार आणि पियानोचं ट्रेनिंग देऊन मग खाली पाठवत असावा, शिवाय हिंदी चित्रपटातल्या नायकाला माऊथ ऑर्गनची सिद्धी अवगत असते ती निराळीच! आणि नुसतं ट्रेनिंग घेऊनच नव्हे तर ही मंडळी रियाज करूनच पृथ्वीवर अवतरत असावीत.

शिवाय, नायक-नायिका वगैरे कुठल्या का पार्श्वभूमीतले असेनात, म्हणजे श्रीमंत, गरीब, देशी-परदेशी राहिलेले... कुठलेही असले तरी त्यांना मधुर गीतांची

म्हणजेच सुयोग्य शब्दांना मधुर चाल लावून गाण्याची व त्यावर प्रसंगोचित नाचण्याचीही कला अवगत असते. त्यांचं हजरजबाबी काव्य परस्परांच्या तोडीस तोड असतं. काळाच्या ओघात पियानोचा महिमा थोडासा कमी झाला, त्याच्या जागी त्या तुलनेनं सुटसुटीत गिटार आलं, पण 'सिच्युएशन्स' काही फारशा बदलल्या नाहीत. एक फरक पडला, तो म्हणजे, पूर्वीच्या सिनेमात दादीमाँ, बाबूजी, माँजी लांब राहून संगीताला दाद देत आस्वाद घेत असत. आता म्हातारा-म्हातारीसुद्धा तरुण मनाची साक्ष देत गाऊन व नाचूनसुद्धा गोड (!) धक्का देत असतात.

मराठी चित्रपटात वटपौर्णिमा आणि हिंदीत 'करवा चौथ' ही गीतांची एक आवडती, सदाहरित सिच्युएशन... हा पारंपरिक प्रकार आजअखेर 'हिट' आहे. बाकी, झाडाभोवतीच्या पळापळीच्या गीतांची लोकेशन्स बदलली आहेत. दिव्यांची उघडझाप, मद्याचा पूर, दाटीवाटीची गर्दी, धुंद संगीत, त्याहून धुंद वातावरण अशा क्लबच्या पार्श्वभूमीवरची गीतं आता सर्रास रुळली आहेत; ''आज मेरे यार की शादी है'' टाईपची समारंभगीतं, देवाला साकडं घालण्याची, करुणा भाकण्याची गीतं; जीवनाचं तत्त्वज्ञान सांगणारी भिकारीगीतं; सतावणाऱ्या 'याद' मुळं त्रस्त होऊन म्हटलेली गीतं, याखेरीज क्लबमधील व हॉटेलमधील दिलखेचक गीतं हा एक स्पेशल गीतप्रकार असतो.

आणि मुख्य म्हणजे ही गीतं निरर्थक किंवा केवळ करमणुकीसाठी नसतात बरं! त्यातून संबंधित व्यक्तीला योग्य 'मेसेज' दिला जातो आणि त्याहूनही महत्त्वाचं म्हणजे, तो त्या व्यक्तीला बरोब्बर कळतो... अगदी नेमका! हॉलभर माणसं गजबजलेली असली, तरी पियानोचे सूर आणि गीत कुणाला उद्देशून आहे, हे ज्याचं त्याला नेमकं कळतं! बाकीच्यांना कळत नाही का, ते वेड पांघरून पेडगावला जातात? वास्तवात म्हणाल तर सगळे 'त' वरून ताक-भात ओळखणारे!

काहीही असलं, तरी या अजब विश्वातल्या गीतांपैकी कित्येक गीतं आजही अवीट आहेत आणि ती आपल्या वास्तवातल्या अनेक पिढ्यांना आनंद देत आली आहेत, एवढं मात्र नक्की!

◆

पडद्यावरचे मित्रप्राणी

या रुपेरी पडद्याची बातच न्यारी असते. इथले कायदेकानून, नियम, माणसं, त्यांचं भावविश्व... सारंच किती निराळं असतं, त्यामुळं त्यांचं वास्तवाशी सूत्र जोडून पाहिलं, तर हसूच येतं. अशा या आगळ्यावेगळ्या विश्वात केवळ माणसंच न्यारी नसतात बरं! इथले प्राणीमात्र आणि पक्षीसुद्धा निराळेच असतात!

सख्यांसमवेत उद्यानात पुष्करिणीशी बसलेल्या राजकन्या नायिकेच्या अवतीभोवती डौलात मुरकणारी बदकं किंवा मोर आणि ससे, हरणं असे ऐटबाज, सुखवस्तू छापाचे सोबती तिच्या गुपितांचे भागीदार व साक्षीदार असणं पूर्वापार चालत आलं आहे. कबुतराकरवी संदेशांचं आदानप्रदान हा प्रकारही तसाच, अगदी पूर्वापार चालत आला आहे. आपण पाहतो ती घराच्या छताशी गुटूर्गुं करत, दिवसभर स्वत:च्या नादात दंग असणारी कबुतरं आणि पारवे. सतत खाणं, घुमणं आणि पंखापिसांची स्वच्छता करणं, एवढं सोडून त्यांचं कशाशी काही देणं-घेणं असेल असं वाटत नाही, पण फिल्मी कबुतरांचं तसं नसतं. ही कबुतरं 'पहले प्यार की पहली चिट्ठी' किंवा तत्सम महत्त्वाचा निरोप घेऊन, अगदी कळतेपणे प्रवास करून, हव्या त्याच व्यक्तीच्या खांद्यावर उतरून त्याला पायात बांधलेली चिट्ठी घेऊ देतात व आपली विश्वासार्हता जपतात. नायक अथवा नायिकेशी त्यांची अगदी घट्ट मैत्री असते. हा दोस्त केवळ कागदी पत्रंच नव्हे, तर अंगठी, चेन, लॉकेट अशा मौल्यवान ऐवजाची ने-आणही प्रामाणिकपणे करत असतो. हिंदी पडद्यावर कबुतरांखेरीज बहिरी ससाण्यासह अन्य काही पक्ष्यांनीही अशी विश्वासू सोबत केली आहे, पण मुख्यत्वे हा मान कबुतरांचाच आहे. त्याखालोखाल मिष्कीत पोपटांचा नंबर लागेल. 'झूठ बोले कौवा काटे' म्हणत चक्क कावळासुद्धा रुपेरी पडद्यावर येऊन गेला आहे.

कुत्रा हा तर इमानी पाळीव प्राणी म्हणून सुप्रसिद्ध असतो, त्यात तो 'फिल्मी' असल्यावर त्याच्या करामती काय सांगाव्यात? या कुत्र्यांना सगळं काही कळतं. कोण 'व्हीलन' आहे, कुणाची जिरवायची, कुणाला मदत करायची, कुणाची फट्फजिती करायची, कुणाला पळता भुई थोडी करायची, नायक वा नायिकेचं मन कुणावर जडलं आहे... असं सगळं त्यांना समजत असतं. अहो, चांगल्या शहाण्यासुरत्या

माणसांना कळणार नाहीत इतक्या गोष्टी या फिल्मी कुत्र्यांना कळत असतात. एवढंच नाही, तर त्यांचा 'सेन्स ऑफ ह्युमर' सुद्धा उच्च कोटीचा असतो. ही कुत्री अतिशय चतुराईनं नायक अथवा नायिकेला संकटाची चाहूल देतात. त्यांना बोलता येत नसलं म्हणून काय झालं... कुणाला "भोऽभोऽ" चा इशारा कळला नाही तर ही कुत्री त्यांच्या मनातले भाव समर्थपणे व्यक्त करण्यासाठी फोटो, चित्र, वर्तमानपत्र, एखाद्या माणसाची एखादी विशिष्ट वस्तू अशा कशाचाही आधार घेत, योग्य वेळी... म्हणजे अनर्थ घडण्याअगोदर 'मेसेज' देण्याचं मोलाचं काम करतात. अकाली, दुर्दैवी मरण आलेल्या नायकाचं सूडकर्मसुद्धा कुत्र्यांनं सुफळ संपूर्ण केल्याचा फिल्मी इतिहास आपल्याला ज्ञात आहेच. कुत्रा हा इमानी प्राणी त्यामुळं तो मालकाशी निष्ठा राखणारच... मग मालक नायकाच्या फळीतला असो की खलनायकी फळीतला! कुत्रा नायकाच्या बाजूचा असेल तर तो दुष्टांचा पाडाव करण्याच्या कामात नायकाला मदत करणार आणि खलनायकी फौजेतला असेल तर खलनायकाच्या कृष्णकृत्यांचा आलेख अधिक चढता व काळाकुळकुळीत करायला मदत करणार, अगदी सारख्याच इमानीपणे!

फिल्मी जगतातला असाच आणखी एक मित्रप्राणी म्हणजे घोडा. मालकाकडून खरारा करून घेत, त्याच्यासमवेत भ्रमंती करता करता हा दोस्तसुद्धा अफलातून कामगिरी बजावताना दिसतो. नुसता जमिनीवरचा वेगवान प्रवासच नव्हे तर हवेतून दीर्घ पल्ल्याची उड्डाणं आणि पाण्यातूनही तितक्याच सक्षमतेनं प्रवास करण्याचं कसब त्याच्या ठायी असतं. फिल्मी जगतातला याच तोडीचा आणखी एक मित्र प्राणी म्हणजे माकड. हे बाबूराव व भागाबाई कधी नायकाला 'पापी पेट की आग बुझाने के लिए' व्यावसायिक मदत करतात. कधी त्यांच्यासमवेत दंगामस्तीत सहभागी होतात, व्हीलनला सळो की पळो करून सोडतात, तर कधी आणीबाणीच्या वेळी नायक-नायिका व त्यांच्या कुटुंबाला मोलाची मदतसुद्धा करतात.

हत्ती हा तर सर्वांत हुशार प्राणी. त्यातसुद्धा फिल्मी हत्ती अधिकच हुशार असणार हे उघडच आहे. आजवरच्या फिल्मी परंपरेत हत्तीनं प्राणांची आहुती देऊन मैत्रीचं व प्रेमाचं नातं जपलं आहे. अशा या ताकदवान हत्तीनं खलनायकाला पळता भुई थोडी केली नाही तरच नवल!

याखेरीज परदेशी चित्रपटांतून आपल्याकडं अजस्र चित्रविचित्र प्राणी, डायनॉसोर, महाकाय वानरं अशांसारखे प्राणी चक्क नायक बनूनच आले. पण ते निराळे आणि आपले हिंदी सिनेमातले निराळे. हिंदी सिनेमातल्या सगळ्या मित्र-प्राण्यांच्यात एक समान गोष्ट दिसते, ती म्हणजे त्यांची प्रचंड समज! या सर्वांना मानवी भावभावनांचं (अर्थातच फिल्मी) ज्ञान असतं. कित्येक चित्रपटांमध्ये 'क्लायमॅक्स'च्या प्रसंगात

बाजी उलटवून 'हीरो' बनण्याचा मान या मित्रप्राण्यांनी मिळवलेला दिसतो.

हे सगळे 'पेट्स' आपापल्या घरच्यांच्या जिवाला जीव देताना दिसतात, इमान राखतात, घरचाच सदस्य होऊन राहतात इथंवर ठीक आहे. त्यांचं चिंतनशील, विचारपूर्ण वागणंही समजून घेता येईल एकवेळ, नायकाच्या ठायी असणाऱ्या अनंत गुणवैशिष्ट्यांपैकी काही गुण त्यांच्यातही आढळतात, हेही समजून घेऊया... ओके... पण पडद्यावरचा एक प्राणी मात्र (... म्हणजे त्यांचा 'रोल') आपले डोळे पांढरे करतो एवढं नक्की! हा प्राणी म्हणजे साप किंवा नाग. (त्यांचा 'रोल'च काय, त्यांचं नुसतं दर्शनसुद्धा आपले डोळे पांढरे करायला पुरेसं असतं!) या प्राण्यानंही चक्क समजून वगैरे काम करणं म्हणजे... ये बात कुछ हजम नहीं होती!

रुपेरी पडद्यावरची साप-नाग या जमातीची 'कॉन्ट्रीब्यूशन' आपण सर्वजण जाणतोच. मध्यंतरी चक्क एका विंचवानंसुद्धा ग्लॅमरच्या दुनियेत पाऊल... नव्हे नांगी ठेवल्याचं आपल्याला आठवत असेलच.

या सरपटल्या जीवांना पौराणिक किंवा अद्भुत असं वलय असतं, त्यामुळं हे जीव अगदी प्रत्यक्ष मैत्री करत नसले तरी ते अनेकदा देवदूत बनून दुष्टांच्या निर्दालनात महत्त्वाचा वाटा उचलताना दिसतात. कोण म्हणतं सापांना ऐकू येत नाही? फिल्मी साप बघा ना, कुठंतरी कोपऱ्यात वेटोळं घालून बसलेले असले तरी ते मान उंचावून गंभीर आणि कळत्या चेहऱ्यानं परिस्थितीचं अवलोकन करत, सगळं काही ऐकत आणि पाहत असतात, आणि मग त्यानुसार मनाशी काय तो निर्णय घेतात आणि सरसर (!) कामाला लागतात. कधी कधी या जीवांच्या 'रोल'ला अद्भुत वलय असतं. त्या वेळी तर ते आपुल्या जातीच्याच नव्हे तर चक्क मानवावरच प्रेमबिम करतात. (त्यांना मागच्या जन्मातल्या आठवणी अगदी टक्क आठवत असतात, पण यांचं प्रेम म्हणजे माणसाला शब्दश: फेसच यायचा!) असे मणिधारी, इच्छाधारी नाग केवळ त्यांच्या चालीतच नव्हे तर चित्रपटाच्या कहाणीतसुद्धा 'ट्विस्ट' आणतात. या संदर्भात नागांपेक्षा नागिणी जास्त 'ॲक्टीव्ह' असतात असं दिसून येतं. लहानग्यांचं रक्षण, नायिकेचं शीलरक्षण, दुष्टांचे मनसुबे उधळणं, केवळ आपल्या अस्तित्वानं समोरच्याची बोलती बंद करणं, मागच्या जन्मीचा 'हिसाब' चुकता करणं, सूडप्रतिज्ञा पूर्ण करणं आणि कधीकधी तर मोक्षाप्रत पोचणं (किंवा पोचवणं!) अशी या सरपटल्या जीवांच्या पडद्यावरील कार्याची 'रेंज' विशाल व विस्तृत असते. शिवाय तेही गायन-वादन-नृत्यनिपुण असतातच!

असे हे रुपेरी जगातातले, सुष्ट-दुष्ट-इष्ट-अनिष्ट यांतला नेमका फरक ओळखणारे मित्रप्राणी!

परवाच ऐकलं, एकदा म्हणे कुत्र्यांचा एक ग्रूप 'शोले' सिनेमा पाहायला गेला होता. सिनेमा सुरू झाला. कथेनं वेग घेतला... सर्वजण सिनेमात तल्लीन झाले...

तितक्यात पडद्यावर डॉयलॉग आला, ''बसंती, इन कुत्तों के सामने मत नाचना!''

त्यावर त्या ग्रूपमधलं एक कुत्रं तावातावानं उठून उभं राहत म्हणालं, ''ए ऽ नाही कसं, आम्ही काय फुकट बघतोय काय, तिकीट काढून आलोय म्हटलं!''

मनात आलं, हे नक्कीच फिल्मी कुत्रं असणार!

◆

तुझे मेरी कसम

पुराणकाळात ब्रह्मास्त्र, अग्निअस्त्र, पर्जन्यास्त्र अशी 'पॉवरफुल' अस्त्रे-शस्त्रे असत असं आपण ऐकून आहोत. त्याचबरोबर, त्या काळात 'शाप' हे एक भयंकर अस्त्र असायचं. त्यानंतरच्या काळात अगदी आज अखेर विचार करून पाहिला तर आपल्याला बरीच अस्त्रे-शस्त्रे आठवतील. अगदी आधुनिक युगातली महासंहारक रासायनिक, जैविक, आण्विक अशी सगळी शस्त्रमालिका मनात तरळून जाईल. आता तुमच्या मनात आलं असेल की, रुपेरी पडद्याचा खेळण्यांशी खेळावं तसा शस्त्रांचा खणखणाट सुरू नसतो का?... पण आत्ता मी उल्लेख करतीय तो या शस्त्रांचा नव्हे, तर चित्रपटातल्या त्याहूनही शक्तिशाली अशा अमोघ शस्त्राचा, ते शस्त्र म्हणजे 'कसम'.

कथानकातला एखादा अत्यंत नाट्यपूर्ण प्रसंग सुरू असतो. दुष्ट पात्राच्या काळ्याकुट्ट कारवाया उघड्या पडण्याची वेळ येऊन ठेपलेली असते. आता सगळा सोक्षमोक्ष लागून सत्य समोर येणार असतं, अन्यायाची शंभरी भरत आलेली असते... आपण श्वास रोखून पडद्यावरील या क्षणाचे साक्षीदार होत असतो... तितक्यात कुणीतरी अकस्मात टपकतं आणि "कुछ मत कहो, तुझे मेरी कसम!" एवढेच शब्द उच्चारतं... मग काय, पूर्ण चित्रच पालटतं, जीती बाजी क्षणात हरण्याच्या स्टेजला जाते. दुष्टांचा विजय होतो!

या शस्त्रात किती ताकद असते काय सांगावं! हे शस्त्र कुणालाही सहज अवगत असतं. 'कसम' शब्द कानावर पडताच सत्यकथन करू पाहणारा शब्द मागं परतवून गप्प राहतो, शस्त्र परजत चवताळलेल्या व्यक्तीच्या हातातलं शस्त्र गळून पडतं... क्षणात होत्याचं नव्हतं झालं म्हणतात, तशी परिस्थिती होते. 'बाजी' पालटते... खलनायकाला असुरी आनंद होतो, सत्याची बाजू असणारे मात्र चरफडत बसतात. आणि कसमेचं हे अमोघ शस्त्र वापरणारी व्यक्ती मौन धारण करून, शक्य तितक्या झटपट तिथून निघून जाते... अरेरे! हातातोंडाशी आलेला घास गेला... आपणही चुकचुकतो!

असा हा 'कसम' महिमा... क्षणात सगळं चित्र पालटून टाकणारा! कध्धी

कध्धी साथ सोडणार नाही अशा (भावनेच्या भरात घेतलेल्या) प्रणयी आणाभाका तर अगदी नित्याच्याच असतात. पडद्यावर या आणाभाका जनरली गाण्यातून व्यक्त होतात, मग हे कस्मे-वादे निभावण्यासाठी कोण आटापिटा केलेला पाहायला मिळतो. या कसमा तशा सौम्यच म्हणायच्या कारण ''कसम है मुझे अगर मैंने... अमूक तमूक'' अशी जी घोर भीष्मप्रतिज्ञा घडते, ती फार भयंकर असते. त्याहून एक 'स्ट्राँग' कसम म्हणजे ''बेटा, तुझे मेरे दूध की कसम!'' (क्या बात है! कैकेयीचा वरसुद्धा फिका पडावा अशी ही कसम असते!) मग काय... 'बेटा'च्या अंगात (ते दूध पिऊन तयार झालेलं) 'खून' संचारतं... आणि मग या कसमेच्या सामर्थ्याच्या जोरावर काहीही साध्य होऊ शकतं, कारण असाध्य ते साध्य करून आईची 'कसम' पूर्ण करून (म्हणजे खलनायकाचा पाडाव करून) दूध का कर्ज अदा करायचं असतं ना! अशा तऱ्हेनं 'दूध की कसम' घालून माँची कधीची प्रतिज्ञा पूर्ण होते आणि तिनं पतीचा विसर्जन न करता जपून ठेवलेला रक्षाकलश एकदाचा यथासांग विसर्जित होतो... पण या सगळ्यामागं जबरदस्त 'मोटिव्हेशन' कशाचं असेल तर ते असतं या कसमेचं!

या 'कसम' प्रकाराचं मला विशेष आश्चर्य वाटतं ते यासाठी की, 'कसम' देणाऱ्या व्यक्तीला आपलं हे शस्त्र अगदी अमोघ आहे याबद्दल इतका जबरदस्त आत्मविश्वास कसा काय असतो? 'गेली उडत तुझी कसम!' असं कुणीच कुणाला कधीच म्हणत नाही, हे विशेषच नाही का? संबंधित व्यक्ती या 'इमोशनल ब्लॅकमेलिंग' ला हमखास बळी पडणार आहे, आपण तोंडघशी पडण्याची सुतराम शक्यता नाही, याची कसमकर्त्याला अगदी एकशे एक टक्के गॅरंटी असते.

असं दृष्य कधी पाहिल्याचं स्मरतंय का बघा... 'तुझे मेरी कसम!' असं कानावर पडूनही संबंधित व्यक्ती 'स्टॅच्यू'न होता ''ए थांब जरा, आधी याला चांगला धोपटून काढतो'' किंवा ''ए तू गप गं'' असं म्हणतोय... आठवतंय?... शक्यच नाही!

'कसम' घालणाऱ्या व्यक्तीचा त्यामागचा उद्देश अर्थातच अत्यंत अत्यंत प्रामाणिक, चांगला व हितरक्षणायच असतो. कधीकधी त्या व्यक्तीला आणखी कुणीतरी कसमेच्या बेडीत अडकवलेलं असतं, त्यामुळं ती व्यक्ती ती कसम पाळण्यासाठी 'उपकसम' घालते असंही घडतं... पण या कसमेचा अंतिम निष्कर्ष तोच असतो... ऐनवेळी टपकून घाणा करणं!

बरं, एवढं करूनच्या करून यांना पुन्हा कुणी जाबही विचारत नाही की, ''बाई गं किंवा बाबा रे, तू ऐनवेळी असा घाणा का केलास? कसम घालून सगळ्यावर बोळा का फिरवलास?'' कसम घातलीय ना, मग ती पाळायचीच, एवढाच उदात्त विचार दिसतो आणि समजा, कुणी असा जाब विचारलाच तर उत्तर द्यायला थोडंच बांधील असतं? कसमेच्या शृंखलेत अडकवायचं आणि काहीही न बोलता निघून

जायचं... बस्स... काय म्हणायचंय ते म्हणा! नाहीतरी, सिनेमात तोंड उघडून घडाघडा बोलायची पद्धत असतेच कुठे? काहीतरी संदिग्ध दोन वाक्यं बोलायची आणि तरातरा निघून जायचं! (कुठल्याही विषयाचा निरानिपटा होतो तो वास्तवात, पडद्यावर नक्हे!)

कसमेच्या 'टाईम प्लीज' मुळं चडफडत, मुठी वळत, दात खात बसण्याची वेळच अनेकदा आलेली दिसते... नवऱ्यानं मारलं आणि पावसानं झोडपलं, सांगायचं कुणाला?... अशासारख्या असहायतेनं.

कधी प्रेमाचं नातं दृढ करण्याचं काम कसम करते, पण बरेचदा बाजी उलटवण्याचंच काम करते, कधी एखादं 'राज' राजच राखण्यासाठी, आजचं मरण उद्यावर या म्हणीनुसार, त्या क्षणी तरी भांडं फुटण्याचा धोका पुढं ढकलते, कधी पडद्यावरच्या पात्रांना हटयोगाचे धडे गिरवायला लावते, कधी स्वत:च्या हट्टापायी एखाद्या जिवलग माणसालाच चार ठोसेही खायला लावते, तर कधी सूडाग्नी भडकवून भावनांची स्फुल्लिंग चेतवून 'हिसाब किताब बराबर' करून दाखवते.

अशी ही रुपेरी पडद्यावरची 'कसम' क्षणार्धात 'कहानी में ट्विस्ट' आणत आणत चांगल्या सहज सुटू पाहणाऱ्या प्रश्नांना खीळ घालत अगदी अमोघ शस्त्र बनून रुपेरी पडद्यावर आजतागायत यशस्वी वाटचाल करत आली आहे!

◆

ये दोऽसती ऽ

आई, वडील, भाऊ, बहीण, मामा, काका, आजी, आजोबा, साडू, मेव्हणा, सासू, सासरा अशी कितीतरी नाती आपल्या जीवनात आपसूक येत असतात. त्यांपैकी काही नाती जन्माला येतानाच चिकटतात तर काही नाती कर्मानं (!) म्हणजे अर्थातच लग्न या एका घटनेमुळं तयार होतात. याखेरीज एक नातं असं असतं, की जे केवळ आपण आपल्या आवडीनुसार जोडत असतो, ते म्हणजे मैत्रीचं नातं! फिल्मी दुनियेत या नात्याचा महिमा अपरंपार दिसतो. अगदी जुन्या काळापासून ते आजतागायत हा दोस्तीमहिमा नात्याचे भलतेच गडद-गहिरे रंग घेऊन फिल्मी पडदा सजवताना दिसतो.

'तोडेंगे दम मगर तेरा साथ ना छोडेंगे' अशी ही घट्टमुट्ट मैत्री रुपेरी पडद्यावर जान की बाजी लावताना दिसते. फिल्मी मैत्रीचं रोपटं अगदी बालपणापासूनच रुजतं, ते पुढं तरुणपणापर्यंत त्याचा डेरेदार महावृक्ष होताना दिसतो. असे हे जिवाभावाचे दोस्त कुठल्याही सत्कार्यात, कुकर्मात, साऱ्यासाऱ्या प्रसंगांत एकमतानं-एकदिलानं एकत्रच वावरतात. परस्परांना गुणदोषांसकट स्वीकारतात. बाकी सगळ्या गोष्टींत एकमत असतं, त्यात हिरॉईन तेवढ्या निरनिराळ्या आवडतात, हे नशीब! आणि समजा, दुर्दैवानं दोघांनाही एकच हिरॉईन आवडली तर काय... मैत्रीसाठी प्रेमाचा त्याग आपसूकच आला! मग जेवणाच्या पंक्तीत जसं काहीजण दुसऱ्याला 'तुम्ही घ्या बसून आधी' असा आधी जेवून घेण्याचा उदार मनानं आग्रह करतात, तसं हे दोन दोस्त परस्परांना काळजावर दगड ठेवून 'ती' अगदी सहज देऊन टाकतात. (हलवायाच्या घरावर तुळशीपत्र! आणि मुख्य म्हणजे या सगळ्यात तिचं काय म्हणणं आहे, हा मुद्दा कुठल्याकुठं जातो!) अगदी तशीच बिकट परिस्थिती उद्भवली तर या दोस्त जोडीतला एकजण प्रसंगी प्राणांची आहुती देऊन हौतात्म्य पत्करतो... पण आपल्या मित्राच्या हाती 'ती'चा हात देऊनच शेवटचा आचका देतो... ढ्यॅणऽऽऽ

अशी ही फिल्मी दोस्ती! रुपेरी पडद्यावर दोनपेक्षा अधिक दोस्तांचं गहिरं नातं काहीवेळा दिसलं आहे. पण मुख्यत्वे दिसतं ते दोघा मित्रांच्या दाट मैत्रीचं दर्शन.

अशी ही दृष्ट लागण्यासारखी मैत्री तोडून त्यांच्या स्नेहात 'दरार' निर्माण करणं हे खलनायकी फळीचं मुख्य उद्दिष्ट असतं. 'डिव्हाईड ऑन्ड रूल' या धोरणाच्या वास्तव अंमलबजावणीसाठी दोस्ती तोडून मग त्यातल्या एकेकाला कमकुवत करणं सोपं जाणार असतं. त्यासाठी असे काही डावपेच खेळले जातात की, ही वज्रादपी कठीण असणारी दोस्ती मातीच्या ढेकळासारखी भुस्सकन् मोडते. आजवर एकमेकांसाठी जीव टाकणारे दोस्त एकमेकांना पाण्यात पाहू लागतात... भले ते एकान्तात दोस्तीच्या गोड स्मृती आठवून डोळ्यांतून पाणी गाळतील... पण आता मात्र ते एकमेकांना पाण्यात पाहू लागलेले असतात, एकमेकांच्या जिवावर उठलेले असतात... भावनांचं अगदी विरुद्ध टोक!

इतक्या दिवसांचा सहवास, मैत्री, प्रेम, स्नेह, साऱ्यासाऱ्यावर क्षणार्धात बोळा फिरतो. आणि ही दोस्ती नुसती तुटतच नाही... ''आपलं नाही पटत, होऊया दूर'' असं साधं-सरळ काही घडत नाही. सोबत घालवलेल्या काही चांगल्या क्षणांच्या स्मृतींखातर शत्रुत्व येऊ न देता बाजूला होऊ असं घडत नाही, तर चक्क एकेकाळचे हे जिवलग मित्र कट्टर दुश्मन बनतात... पुढं कधीतरी (म्हणजे सिनेमा संपायच्या आत!) दूध का दूध-पानी का पानी झाल्यावर मग पश्चात्तापाचे पाट वाहतात, स्वत:ला 'मती मारी गई थी' बद्दल 'कोसून' होतं, सगळी उपरती होते, पण त्यावेळी मात्र मित्र ते शत्रू हा 'ट्रान्स्फर सीन' घडणं अपरिहार्य असतं. जेव्हा 'असलियत सामने' येते तेव्हाही मनात जराही किल्मिष न उरता मैत्रीचे गोफ जुळतात आणि 'डबल'च नव्हे तर 'एक्स्ट्रॉ' पॉवरनं दुष्टांचा सामना होतो... विजय अर्थातच मित्रांचा आणि त्यांच्या मैत्रीचा होतो. मग पुन्हा पहिल्यासारखेच गळ्यात गळे... म्हणजे एकमेकांच्या माँचा आशीर्वाद, भाभी के हाथ के पराठे वगैरे वगैरे, शिवाय मुन्नीचा गुडिया आणण्यासाठी व चुन्नूचा कहानी सांगण्याचा हट्ट चाचूंकडंच!

संकटांचं आणि गैरसमजांचं वादळ घुमल्याखेरीज खऱ्या दोस्तीची 'पहचान' कशी होणार ना? एखाद्या मित्राचा गैरसमज होऊन तो फदरला तरी दुसरा मित्र मात्र नातं निभावत राहतो, मित्रासाठी त्याग करतो, मार खातो, अपमान गिळतो, स्वत:च्या फायद्यावर पाणी सोडतो... शिवाय हे सगळं त्याला कळू नये याचीसुद्धा दक्षता घेतो!... पुढं यथावकाश हे सगळं दुसऱ्या मित्राला कळतं, तेव्हा तो लाज-शरम-पश्चात्ताप या सगळ्या मिश्रणात ढवळून निघतो तेव्हा पहिला मित्र कसा कृतकृत्य होतो!

फिल्मी दुनियेत जसं परस्परविरोधी पार्श्वभूमी असलेल्या कुटुंबातल्या नायक-नायिकेचं प्रेम जुळतं, तसं मैत्रीच्या बाबतीतसुद्धा घडतं. दोघे दोन ध्रुवांवर अशी पार्श्वभूमी असणाऱ्यांचीच पक्की मैत्री जुळते आणि अर्थातच ती पैशाकडं बघून केलेली नसते, त्यामुळं श्रीमंत मित्राच्या संबंधितांनी गरीब मित्राला कुजके 'ताने'

मारले तरी तो ते मनावर घेत नाही, 'आपली भावना सच्ची आहे ना, मग झालं तर!' अशा विश्वासानं मैत्री निभावत राहतो. मग वेळप्रसंगी तो किडनी, डोळे यापैकी काहीतरी मित्रासाठी देऊन मनाची श्रीमंती आणि दोस्तीची 'डेप्थ' दाखवतो... बाकी फारसं काही अजून देताच येत नाही म्हणून, नाहीतर तो तसा दात-नखांपासून ते हृदय-मेंदू-जठर-आतडी काय वाटेल ते द्यायला मागं हटणार नसतो! मित्रासाठी रक्तदान म्हणजे तरी अगदी सहज... हॉटेलमध्ये गेल्यावर वेटरनं पाण्याचा ग्लास समोर ठेवावा तितकं सहज!

रुपेरी पडद्यावर बदलत्या काळानुरूप स्थळं-घटना-प्रसंग बदलत गेले असतील, वातावरणाचे रंग बदलले असतील, पण दोस्तीचे गहिरे रंग मात्र आजही तसेच टिकून आहेत. रक्ताच्या नात्यापेक्षा दृढ नात्यानं आणि अनोख्या भावबंधांनी गुंतून!

◆

रात्र पावसाळी

चित्रपटाची कथा कुठल्याशा आर्त, नाट्यमय वळणावर येऊन ठेपते. संकटांच्या आवर्तात घोंघावणारं फिल्मी पात्र जिवाच्या आकांतानं घराबाहेर पडतं... तेवढ्यात (वेळ शक्यतो रात्रीचीच हं!) आभाळात विजांचं भयाण तांडव सुरू होतं... सूं सूं सोसाट्याचा वारा सुटतो... आणि पाऊस थैमान घालू लागतो... नजरेच्या टप्प्यातलं सारं काही धूसर होण्याइतका अनिवार कोसळू लागतो...

हिंदी चित्रपटांच्या आजवरच्या इतिहासात पावसानं मोठी भूमिका बजावली आहे. चित्रपट प्रणयरम्य असो, भयपट असो की रहस्यमय, पावसानं त्यात नेहमीच आपलं अस्तित्व दाखवलेलं दिसतं. हाच पाऊस ताज्या टवटवीत नायक-नायिकेचा प्रणय बहरवताना दिसतो, भयपटात भीती गडद करताना दिसतो, ॲक्शनपटात हाणामारीची दृश्ये प्रभावी करताना दिसतो, तर रहस्यपटातलं रहस्य अधिक गडद करायला मदत करतो. हाच पाऊस नायक-नायिकेच्या मनातलं (खोटं खोटं) गैरसमजाचं मळभ दूर करतो. बाकी अगदी ताड् की फाड् प्रकारातली नायिका जंगलात कुठंतरी वाट चुकते, नायक अर्थातच जवळपास असतो... मग आभाळात विजा कडाडू लागतात की, ती लगेच (सोयीस्कर) घाबरून नायकाच्या मिठीत! तिचं एरवीचं शौर्य अशा प्रसंगी लगेच मान टाकतं. एवढंच नव्हे तर त्यांना आडोसा व्हावा म्हणून जंगलात पुरानी हवेली किंवा चंद्रमौळी झोपडी उपलब्ध असतेच, ती सुद्धा कुलूपबंद नाही, तर चक्क उघडी! तर हा विजांना घाबरण्याचा सोहळा जनरली इथंच होतो.

'जिंदगीभर नहीं भूलेगी वो बरसात की रात' अशा हळुवार आठवणींचा पाऊस, 'एक लडकी भीगी-भागी सी' पाहून मनात उत्कटपणे बरसू लागला. पडद्यावर हळुवार प्रणय खुलवू लागला. नंतर नंतर मात्र त्याचं स्वरूप धसमुसळं होत गेलं आणि उरली ती केवळ झोंबाझोंबी आणि ओलेतं अंगप्रदर्शन. क्वचित कुठं तरी पावसाचं लोभस प्रणयी रूप पाहायला मिळतं, तेवढंच!

पावसाची अगदी हुकमी हजेरी असते, ती आणखी एका प्रसंगात. समोरचे सगळेच मार्ग खुंटतात तेव्हा 'देवाचिये द्वारी' जाऊन उभं राहायचं. वाऱ्यानं मंदिरातल्या

घंटा हेलकावे खात आपोआप वाजत असतात... विजांचा कडकडाट, पावसाचं तांडव प्रसंगाचं गांभीर्य आणखीनच गडद करत असतात, अशावेळी पावसात भिजत भिजत मंदिरात येऊन देवावर ताव काढायचा! 'भगवान, मैने आजतक तुझसे कुछ नहीं माँगा' अशी 'धोरणी' प्रस्तावना करून मग आपलं संकट कथन करायचं हे 'आज तक कुछ नहीं माँगा' म्हणजे देवानं जशा काही सगळ्यांना 'कौन बनेगा करोडपती' मधल्यासारख्या 'लाईफ लाईन' दिल्यासारखं असतं. जणू आत्ता त्यातली एक 'लाईफ लाईन' वापरायची असावी तसं.

कधी कुणाची चिता भडकलेली असते, कधी साखळ्या-तलवारी-हॉकी स्टिक्स असल्या आयुधांनी युद्ध सुरू असतं, कधी गाड्यांचा पाठलाग, कधी कुणी प्रसववेदना (कॉटच्या दांड्या घट्ट पकडून) सोसत असतं, कधी कुणाची पूर्ण लुबाडणूक झालेली असते, कुणाला 'इन्डिसेन्ट प्रपोजल'ला सामोरं जावं लागलेलं असतं... कुठंही, काहीही घडत असो, कुठल्याही काळाच्या पार्श्वभूमीवर घडत असो, पाऊस आपला इमाने इतबारे कोसळतच असतो आणि विजांच्या नागमोडी रेषा छातीत धडकी भरवणाऱ्या गडगडाटासह प्रसंगाचं गांभीर्य गडद करत असतात. याच पावसाच्या वळचणीच्या धारांनी नायक-नायिकेच्या मनातलं गुपित खुलं केलं आहे. हाच पाऊस कधी 'गीला गीला पानी, पानी सुरीला पानी'... असा भासला आहे तर कधी या पावसाला 'बरस जा रे बादल बरस जा' असं मुक्त आवाहनही केलं आहे.

कधी हा पाऊस भीषण वास्तव समोर ठेवतो. कोसळणाऱ्या धारांच्या तुफानात, छत्र्यांच्या प्रचंड गर्दीत, तलवारीच्या एका घावासरशी कुणा निष्पापाचे प्राण घेणाऱ्या व्हीलनविरुद्ध साक्ष द्यायला कुणीही पुढं येत नाही... फक्त पाऊस या भीषण प्रसंगाचा मूक साक्षीदार असतो.

कधी कधी हाच पाऊस 'न येऊन' तोंडचं पाणी पळवतो. मग त्याची फिल्मी मनधरणी होते, म्हणजे अर्थातच नाचणं व गाणं अपरिहार्य! शक्यतो या गीताची सिच्युएशन खेड्यात असते. मग घागरेवाल्या 'गोरियाँ' आणि धोतर-बंडीवाले (यांना 'गोरे' म्हणायला हरकत नाही, नाही का?) कळपानं नृत्य करत पावसाची आराधना करतात... आणि चक्क पाऊस येतो! 'काले मेघा काले मेघा' असो की, 'बरसा रे जल बरसा'... समूहनृत्य इज अ मस्ट!

अशा प्रकारे सिनेमाच्या इतिहासात अनेक प्रसंगांत कधी 'येऊन' तर कधी 'न येऊन' पावसानं अनेक नृत्य व गीतांना 'सिच्युएशन' पुरवली आणि 'कथेची गरज' म्हणून जसं नायिका अंगप्रदर्शन करतात. तसंच कथेच्या गरजेनुसार पाऊस मनसोक्त बरसत राहिला आहे. कधी चित्रपटाचं शीर्षक बनूनसुद्धा!

◆

''कुत्ते! कमीने...!!''

''कुत्ते कमीने मैं तेरा ख़ून पी जाऊँगा'' हे वाक्य आपण आत्तापर्यंत असंख्य वेळा ऐकलं आहे... म्हणजे अर्थातच पडद्यावर हं, म्हणजे हिंदी सिनेमात. आपल्या हिंदी चित्रपटात काही काही 'सिच्युएशन्स' आणि काही काही ठरावीक वाक्यं इतकी 'घासली' गेली आहेत की, आपणही प्रसंगानुरूप आगामी वाक्याचा अचूक अंदाज बांधू शकतो! अगदी जुन्या सिनेमांपासूनचे 'डायलॉग' आठवून बघा... छोटू के बापू छोटू की माँला काहीतरी सांगत असायचे तेव्हा ते ''मालूम होता है'' नं वाक्याचा प्रारंभ करायचे. तेच छोटू की माँ त्यांना काही सांगत असेल तर, ''अजी सुनते हो'' झालं की मग ''मालूम होता है'' नं सुरू होणारा संवाद (कुंथल्यासारख्या स्वरात) हटकून म्हणत असे.

अशा बऱ्याच घासून गुळगुळीत झालेल्या 'ठरीव' वाक्यातलं परवलीचं वाक्य म्हणजे ''कुत्तेऽकमीऽने मैं तेरा ख़ून पी जाऊँगा!'' नायकासमोर खलनायकाचं 'असली' रूप प्रकट होतं किंवा नायक खलनायकाच्या कारस्थानांना बळी पडतो. अशावेळी तो बडबडण्यापलीकडं काहीही करू शकत नसतो तेव्हाचा हा धमकीवजा आवेश अगदी हुकमी पाहायला मिळतो. ''चहा-कॉफी-सरबत काय घेणार?'' या प्रश्नाचं उत्तर द्यावं तितक्या सहजतेनं वाक्य येतं, ''मैं तुम्हारा ख़ून पी जाऊँगा!!''

अशाच मारधाड प्रसंगांमधलं आणखी एक 'ठरीव' वाक्य म्हणजे ''एक कदम भी आगे बढाया तो गोली से उडा दूँगा!''

''अगर अपनी माँका दूध पिया है तो सामने आ...'' असं थेट दुधाला-रक्ताला आव्हान करणारं वाक्य बरेचदा असतं, पण आता ''अगर एकही बाप की औलाद है तो सामने आ'' अशा स्फोटक वाक्यांनंही बस्तान बसवलं आहे.

याच पठडीतलं आणखी एक वाक्य म्हणजे ''एक बार मेरे हाथ खोलकर तो देख'' किंवा ''अगर तुझे अमूक अमूक नही किया तो मेरा नाम तमूक तमूक नहीं''! या 'अमूक अमूक' मध्ये 'जिंदा जला दूँगा! बोटी बोटी करके कुत्तों को खिला दूँगा'' अशा हिंस्र धमक्या असत. बदलत्या काळानुसार ही हिंस्रता तीव्र होत गेलेली दिसते. ''उसे इतनी भयानक मौत मारूँगा, की मौत भी काँप उठे'' असा काळाकुट्ट

खलनायकी आविष्कार पाहायला मिळू लागला.

चित्रपटातील कोणत्याही प्रसंगात, मग ती प्रेमाबिमाची भानगड असो, घरेलू मामला असो की, आणखी काही... "तुझे मेरी कसम" किंवा "तुझे मेरे सर की कसम" म्हटलं की संपलं... विषयच खुंटला! या वाक्यात जबरदस्त 'पॉवर' असते... अगदी सगळा 'नक्शा'च बदलण्याची. खरं तर हा 'इमोशनल ब्लॅकमेलिंग'चाच प्रकार, पण त्याला उदात्ततेची झूल चढवलेली असते. आपली कसम 'गेली उडत' असं म्हणून कुणी तोंडावर पाडणार नाही याची सिनेमातल्या पात्रांना इतकी खात्री असते की बास! त्यामुळं या अमोघ शस्त्राचा वापर (समस्या निर्माण करण्यासाठी वा त्या अधिक गुंतागुंतीच्या करण्यासाठी) हटकून केला जातो.

त्याचप्रमाणे, कधी कुमारी मातृत्वासारख्या बिकट प्रसंगात "मैं तुम्हारे बच्चेकी माँ बननेवाली हूँ" असं (अगदी 'स्पेसिफिकली') सांगण्याचा सोहळा व्हावाच लागतो. ही बातमी 'गोड' वाटण्याजोगी परिस्थिती असते तेव्हा ठीक... मग "मुबारक हो पिताजी, तुम दादा बननेवाले हो" किंवा "भगवान तेरा लाख लाख शुकर है" वगैरे वगैरे आनंदाची बरसात असते, पण जर हीच बातमी 'प्रॉब्लेम' बनणारी असेल तर मात्र "मैं किसीको मूँह दिखाने के काबील नहीं रहूँगी", "बोल, ये किसका पाप है?, "तूने हमारे मूँह में कालीक पोछ दी!" "ये दिन देखने से पहले मैं मर क्यूँ नहीं गया," "तू पैदा होने सें पहले क्यों नहीं मर गयी?" "अब हम जमाने को क्या मूँह दिखाएँगे!" अशा उद्वेगग्रस्त वाक्यांची आर्त कळवळ पाहायला मिळते. अशावेळची संबोधनंही कुलक्षणी, कुलटा, कलमूही वगैरे वगैरे असतात.

परमेश्वराच्या बाबतीतसुद्धा या मंडळींची 'पॉलिसी' घडीघडी बदलत असते. कधी त्याच्यापुढं डोकं टेकायचं तर कधी धमकी दिल्यासारखं आर्जव करायचं. "हे भगवान, आज तक मैंने तुमसे कुछ नहीं माँगा" असं आधीच त्याला 'प्रेशराईज' करून मग आपली मागणी रेटणं हा तर या दुनियेतला अतिशय आवडता प्रकार! या वाक्याचा योग सदासर्वदा घडत असतोच असतो.

असंच आणखी एक फिल्मी वाक्य म्हणजे– "ये नहीं हो सकता!" अरेच्चा! आता ते जे काही 'ये' आहे, ते झालं आहे हे टळटळीत सत्य समोर असलं तरी आपलं "ये नहीं हो सकता"चं पालुपद आहेच! त्यापुढची 'हाईट' म्हणजे "एक बार कह दो की ये झूठ है! समोरचा माणूस आपलं सांगत राहतो, "होश में आओ, होश में आओ..." पण नाही!

"मैं तुम्हारे बिना जी नहीं सकता", "मैं तुम्हारी खातिर अपनी जान दे सकता हूँ" अशी 'प्रेम'ळ वाक्यं तर नेहमीचीच झाली आहेत. आणखी एक उदाहरण म्हणजे "दुनिया की कोई भी ताकत हमें जुदा नहीं कर सकती" असं ठासून सांगणारा हा जणू फेविकॉल का जोड, टूटेगा नहीं... इतका भक्कम! इकडं एखाद्या

फुसक्या गैरसमजाची ठिणगी पडली तरी सगळं भस्मसात... पण गर्जना मारे भीमदेवी... दुनिया की कोई ताकत...!

सिनेमातल्या मंडळींनी घरी पसंत पडणार नाही अशाच व्यक्तीशी (बहुतेक करून खानदानी शत्रूशीच!) लग्न करण्याचा विडा उचललेला असतो, अशावेळी ''ये शादी नहीं हो सकती'' हे व्हावंच लागतं. मग ''इस घर से तेरी डोली नहीं मेरी अर्थी उठेगी'' असा निर्णायक त्रागात्मक इशारा अपरिहार्यच असतो.

आणखी एक वाक्य म्हणजे, ''मैं तुम्हारी शादी इतनी धूमधाम से करूँगा की...'' फिल्मी दुनियेतला श्रीमंत वा गरीब कुणीही असो, त्याची 'अल्टिमेट' महत्त्वाकांक्षा हीच असते!

''उपरवाले पे भरोसा रखो, हमने अपनी तरफ से पूरी कोशिश की है'' हे डॉक्टरांच्या तोंडी हमखास असणारं, मानवी प्रयत्नांच्या मर्यादा दाखवणारं वाक्य चित्रपटातला ताण गडद करायला अत्यंत आवश्यक असतं. तसंच, ''मैं कहाँ हूँ?'' ही फिल्मी रुग्णाची शुद्धीवर आल्यानंतरची प्रतिक्रिया कधीकधी पुढच्या आणखी मोठ्या ताणाची नांदी असते.

''अच्छे बच्चे जिद नहीं करते'' किंवा ''चलो, फटाफट दूध पी लो'', ही वाक्यं ऐकल्यावाचून फिल्मी बालपण सरत नाही व ''चलो दादाजी, अब घोडा बनो'' या नातवंडांच्या आदेशापुढं शब्दश: वाकल्याशिवाय आजोबागिरी सुफळ संपन्न होत नाही.

''हे भगवान मुझे उठा ले!'' हे असंच एक वाक्य.

''तुम मूँह-हाथ धो लो, मैं खाना लगाती हूँ'' या पारंपरिक फिल्मी वाक्यानं आता थोडासा आधुनिक साज चढवला आहे. म्हणजे ''मैं खाना लगाती (अथवा परोसती) हूँ हे तसंच राहिलं आहे. फक्त 'मूँह-हाथ'च्या ऐवजी ''तूम फ्रेश होके आओ'' आलं आहे.

''कोई अपनी जगह से नहीं हिलेगा'', ''अपने हथियार फेक दो'' आणि ''यू आर अंडर अरेस्ट'' ही वाक्यं फिल्मी पोलिसांसाठी तर, ''जो कुछ भी कहना है वो कटहरे में आके कहिये'' आणि ''ऑर्डर ऑर्डर!'' ही वाक्यं न्यायाधीशांसाठी राखीव असतात. फिल्मी न्यायाधीशांना 'बाईज्जत बरी' करणं, आणि 'अगली सुनवाई' तक 'मुल्तवी' करणं हे एक काम असतं.

''बिलकूल चाँद का टुकडा है'' हे वाक्य भावी सुनेसाठी तर ''जरा भी होशियारी करने की कोशिश की, तो एक एक को भून के रख दूँगा'' हे वाक्य खलनायकांसाठी पेटंट असतं.

अशी घासून घासून गुळगुळीत, बोथट झालेली कितीतरी वाक्यं असतील, त्यामध्ये फारसा बदल झालेला नाही. काळासोबत डायलॉग इंग्लिशाळले आहेत...

म्हणजे, ''यार, मुझे बहुत गिल्टी फील हो रहा है,'' अशा प्रकारचं 'हिंग्लिश'
प्रचलित होत गेलं. कधी बदल म्हणून प्रादेशिक भाषेतील संवादांना पसंती मिळाली.
अधूनमधून शिव्यांची स्वच्छ लाखोली ऐकायला मिळू लागली. ''आपुनका दिमाग
नहीं सरकानेका'' अशासारख्या भाषेचा वापर सुरू झाला.

नव्या पिढीची बदलती भाषा हिंदी चित्रपटांमध्ये झिरपली नाही तरच नवल, पण
आजवरचे असे बरेच संवाद प्रेक्षकांच्या मनावर 'हॅमर' होऊन इतके घट्ट रुतले आहेत
की, अनेकदा ते प्रसंगासोबत आपोआपच मनात उमटतात, नाही का?

◆

गोड गोड... छान छान... गुळगुळीत

रुपेरी पडद्यावरचं जीवन मोठं विलक्षण असतं. आपल्या सामान्य आयुष्यापेक्षा तर कितीतरी वेगळं... अद्भुत आणि मजेशीरसुद्धा. रुपेरी पडद्याचं ग्लॅमर निराळंच आणि या विश्वातला चकचकाटही न्याराच असतो. (गल्ली बोळातला कचरा आणि डुकरं 'हायलाईट' करणाऱ्या कुठल्यातरी आर्ट फिल्मची आठवण आत्ता कशाला काढायची?) रुपेरी पडद्यावरचं कुटुंब– मग ते गरीब असो की ओढाताणीचं आयुष्य जगणारं असो, त्यांचं घर कसं टापटिपीचं, नीटनेटकं आणि देखणं असतं. त्यांच्या दिवाणखान्याचं रूप बघा... कसं लखख व समृद्ध, शयनगृह... शोभिवंत व शांत, शिवाय, सुबक– छानशी बाग आणि देवघर (ते सुद्धा स्वयंपाकघरात ओट्याशेजारी किंवा कडाप्पाच्या शेल्फमध्ये दाटीवाटीनं सामावलेलं नाही, तर चांगलं प्रशस्त आणि मुख्य म्हणजे स्वतंत्र!) तर काय... मांगल्य व भक्तीचं आगरच! हे झालं सामान्य फिल्मी कुटुंबाचं. प्रासादवजा घरात राहणाऱ्यांविषयी तर बोलायलाच नको!

अशा नीटनेटक्या घरात कधी चपला-बूट खोलीभर पसरलेत, दिवाणखान्यातल्या टी-पॉयवर धुळीची पुटं जमलीयत, त्यातच चहाच्या कपांच्या तळाची वर्तुळं उमटून– ती तिथंच फिक्स झालीयत, वह्या-पुस्तकांचे ढिगारे कोसळतायत, वर्तमानपत्रांची रद्दी धूळ खातीय, फ्लॉवरपॉटमधील फुलांनी मान टाकलीय, कुलूप-किल्ली दरवाजालाच अडकवलीय, खोलीच्या कोपऱ्यात झाडू किंवा छत्री उभी आहे... हे किंवा अशासारखं काही पाहिल्याचं स्मरतंय?... हे सगळं सामान्य जनांकडं असतं, फिल्मी घरांत नव्हे.

यांचं स्वयंपाकघर सुद्धा बघा, कसं आटोपशीर, जिथल्या-तिथं असतं, घर केवढं का असेना, डायनिंग टेबल अगदी ऐसपैस असतं. यांच्या स्वयंपाकघरातल्या ओट्यावर (पोळपाटाच्या आकारात) पिठाची वर्तुळं आहेत, ओट्यावरच्या टाईल्सवर फोडण्यांचा स्रे उडालाय, आ वासलेल्या निरनिराळ्या पुडक्यांना दाटीवाटीनं सामावून घेणाऱ्या फ्रीजची रया गेलीय, कपबशा-ग्लास-खाण्याच्या बशा-चमचे यांनी सिंक ओसंडून वाहतंय, असं दृश्य पाहिलेलं आठवतंय? राजवाड्यासमान घरात रामूकाका सारखं खांद्यावरचं उपरणं कम् फडकं घेऊन स्वच्छता मोहिमेवरच असतात, तिथं

एक समजण्यासारखं आहे, पण बाकीच्यांचं काय? त्यांच्या या अफाट व्यवस्थितपणाला काय म्हणावं? आणि त्यांना या साऱ्याला वेळ कधी मिळतो? कितीही धावपळ, ओढाताण, संकटांचे प्रहार, संघर्ष... कशाचाही सामना करायला लागो, या मंडळींची घरं चकचकीत आणि घरातली माणसंही हसतमुख, सात्त्विक, प्रेमळ, ममताळू, कनवाळू, सज्जन, वगैरे वगैरे.

बघा आठवून... प्रेमळ दादाजी, अति प्रेमळ नानी, जॉली चाचू, संस्कार व प्रेम यांचा संगम असणारी मम्मी आणि एकमेवाद्वितीय डॅडी... सारं कसं गोड गोड... छान छान... गुळगुळीत! छान छान माणसांची छान छान घरं. यातलं कधी कुणी कुणावर विनाकारण राग काढतंय, वस्सकन् अंगावर जातंय, असं सहसा नाही. मुलाला धारेवर धरणारे एखादे कडक बाबूजी असतात मधून मधून पण, तिथंसुद्धा फणस– बाबूजींच्या काळजातले प्रेमाचे गोड गरे लक्षात घ्यायचे, वरवरचा खरबरीत काटेरीपणा नाही! सिनेमातली मम्मी 'काट्यांना' दोन ठेवून देतीय असं कधी नाही, उलट 'राजा बेटा' शी तिचा सदैव गोड गोड दुभामभात न्हालेला स्निग्ध संवाद सुरू असतो. डॅडीसुद्धा ''आत्ता घरी येतोय, जरा टेकू तरी द्या'' असे नसतात. डोक्याला किती का टेन्शन्स असेनात, घरी आले की ते बबलू सोबत फूटबॉल/क्रिकेट खेळतात, निदान चॉकलेटची लाच तरी देतातच देतात. वयोवृद्ध, करारी आजोबा नातवंडांसाठी घोडा बनतात. आजी तर काय... सदैव गाभुळलेली चिंच चोखत असल्यासारखा चेहरा करून धन्य धन्य असते, कारण इतका गुणाचा मुलगा, त्याची तशीच गुणाची, 'चाँद का टुकडा' बायको आणि या गुणांचा गुणाकार होऊन जन्माला आलेली नातवंडं ... त्यामुळं आजीनं हातात जपमाळ (आणि बहुधा तोंडात चिंचेचं बुटूक) घेऊन धन्य होण्याचं व्रत घेतलेलं असतं. ही नातवंडंसुद्धा वडिलधाऱ्यांना उलट उत्तरं करत नाहीत... म्हणजे एकूण सगळं किती मनोहर ना!

अशी ही प्रेमळ, सुस्वभावी मंडळी आणि त्यांची सुंदर, देखणी घरं! या विश्वातल्या माणसांना कामवाली आली नाही, पाणीच आलं नाही, दूध नासलं, चकली फसली, गुलाबजाम तळताना तुपातच पसरले, साठवणीच्या गव्हात इतके टोके झाले की, त्यांनी फक्त डोक्यात शिरायचं बाकी ठेवलं, लाईट बिल चुकीचं आलं (म्हणजे जास्त आलं!) असले क्षुद्र जीवांच्या पाचवीला पुजलेले कुठलेही प्रश्न भेडसावत नसतात आणि समजा असल्या काही समस्या उद्भवल्याच तर त्या सोडवणंही त्यांना सहजी जमतं. ''आमच्याच नशिबाची पानं फत्री'' असं म्हणून ही माणसं कधीही रडत–कुढत बसत नाहीत की, कुठला तरी राग कुठंतरी काढून आपल्याच वैतागात आणखी भर घालून घेत नाहीत.

साधासाच प्रसंग बघा हं! एकतर फिल्मी आईनं मुलांच्या आवडीचा पदार्थ खायला केलेला नाही असं होतच नाही. मुलांना 'भूक लागली' असं म्हणायची

संधीसुद्धा मिळत नाही. फिल्मी आई सदैव त्यांच्या आवडीचं रांधून सज्जच असते.

"आई, भूक लागलीय. काय खाऊ?

यावर, "खा मलाच!" असला (मांसाहारी) प्रकार फिल्मी दुनियेत घडत नसतो.

"तुम्ही दिवसभर बाहेर दमला असाल, पण मीही काही घरात झोपा काढत नसते!" अशी फिल्मी गृहिणीनं जाणीव दिल्याचं आठवतंय?

मुळात फिल्मी आई कधी दमतच नसते. फिल्मी बाबांना कधी जबाबदाऱ्यांचं ओझं होत नसतं. आजी-आजोबाही त्यांच्या परीनं सगळं सांभाळत असतात आणि हे सगळे मिळून घर सांभाळत असतात. या दुनियेतील लोकांच्या घरात छताला जळमटं धरलेली नसतात, पडदे धुळकटलेले नसतात, यांच्या घराच्या भिंतीवर चिंतनमग्न पाली नसतात (सिनेमात पालीला 'स्पेशल ॲपियरन्स' असेल म्हणजे अपशकून, विषप्रयोग अशासारखी तिच्यावर काही जबाबदारी टाकली असेल तरच प्रवेश असतो. अशावेळी ती 'अबव्ह ऑल' असते... पण एरवी नाही!) 'नाही' अथवा 'भागवणं' असले (दळभद्री) शब्द त्यांच्या शब्दकोशातच नसतात, वैताग अथवा कंटाळा असले जनसामान्यांभोवती सतत रुंजी घालणारे शाप यांच्या जवळपासही फिरकत नाहीत. होळीच्या रंगात रंगायचं असो की दीपोत्सवात उजळायचं असो... ही मंडळी कधीही करंटेपणे मागं सरकत नाहीत. यांच्या भट्टीच्या कपड्यांना काम करतानाही कधी मळके डाग पडत नाहीत, सतत केस गळ्यात घेऊन वावरलं तरी ते केस चुकूनही स्वयंपाकात पडत नाहीत. हे लोक "वीट आला या सगळ्याचा" असं म्हणून डोकं धरून बसत नाहीत. काळजातलं दुःख असो वा मनावरचा ताण... तो आतच ठेवून ही माणसं कशी गोड गोड... हसतमुख... गुळगुळीत छापाचं वागत असतात, अगदी त्यांच्या घरासारखंच पॉलिशड. कसं काय जमत असेल बरं? तीन तासांचाच प्रश्न असतो, म्हणून तर नसेल?

■

www.ingramcontent.com/pod-product-compliance
Lightning Source LLC
LaVergne TN
LVHW051452170726
843492LV00002B/658